PINAKAMAHUSAY CINCO DE MAYO AKLAT NG LUTUIN

Mula sa Tacos hanggang Tres Leches , Tuklasin ang Tunay na Kakanyahan ng Cinco de Mayo na may 100 Nakatutuwang Recipe

Jesus Guerrero

Copyright Material ©2024

Lahat ng Karapatan ay Nakalaan

Walang bahagi ng aklat na ito ang maaaring gamitin o ipadala sa anumang anyo o sa anumang paraan nang walang wastong nakasulat na pahintulot ng publisher at may-ari ng copyright, maliban sa mga maikling sipi na ginamit sa isang pagsusuri . Ang aklat na ito ay hindi dapat ituring na kapalit ng medikal, legal, o iba pang propesyonal na payo.

TALAAN NG MGA NILALAMAN

TALAAN NG NILALAMAN 3
PANIMULA 6
TACOS 8
   1. Slow Cooker Chicken Tacos 9
   2. Citrus And Herb Chicken Taco 11
   3. Sweet Potato And Carrot Tinga Tacos 13
   4. Patatas At Chorizo Tacos 15
   5. Summer Calabacitas Tacos 17
   6. Creamy Chicken at Avocado Tacos 19
   7. Inihaw na Pork Tacos at Papaya Salsa 21
   8. Tinadtad na Pork Tacos 23
   9. Chicken Corn Tacos With Olives 25
   10. Chicken Chili Verde Tacos 27
   11. Chicken Cheddar Charred Corn Tacos 29
   12. Inihaw na Hipon At Black Bean Tacos 31
   13. Itim na Cabo Fish Tacos 33
   14. Spicy Shrimp Tacos 35
   15. Tilapia Tacos 37
   16. Chicken Tacos na May Kanin At Sherry 39
   17. Inihaw na Manok at Red Pepper Taco 41

KARNE, AT KORDERO 44
   18. Beef Tacos 45
   19. Beef, Wild Mushroom, At Poblano Tacos 47
   20. Low Fat Beef at Bean Tacos 49
   21. Beef Cheddar Tacos 51
   22. BBQ Beef Tacos 53
   23. Tacos De Barbacoa 55

ENCILADAS 57
   24. Hipon At Keso Enchilada 58
   25. Chicken And Cheese Enchilada With Verde 60
   26. Vegetarian Black Bean And Cheese Enchiladas 62
   27. Pangunahing Beef Enchilada 64
   28. Beef And Bean Enchiladas 66
   29. Spicy Beef Enchiladas 68
   30. Mixed Bean Enchiladas 70
   31. Enchilada Black Beans Lasagna 72
   32. Cheesy Chicken Enchilada 75
   33. Creamy Chicken Enchiladas With Poblano Sauce 77
   34. Chicken Enchilada With Verde Sauce 80
   35. Creamy Chicken Enchiladas With Tomatillo Sauce 82
   36. Chicken Enchilada Nachos 85

    37. Black Bean At Corn Enchilada 87
ISDA AT SEAFOOD 89
    38. Hipon Enchilada 90
    39. Crab Enchiladas 92
    40. Seafood Enchiladas 94
    41. Salmon Enchiladas 96
    42. Beef Enchiladas na may Homemade Sauce 98
    43. Beef Enchiladas With Green Sauce 100
    44. Slow Cooker Beef Enchiladas 102
GUACAMOLE 104
    45. Garlicky Guacamole 105
    46. Goat Cheese Guacamole 107
    47. Hummus Guacamole 109
    48. Kimchi Guacamole 111
    49. Spirulina Guacamole Dip 113
    50. Coconut Lime Guacamole 115
    51. Nori Guacamole 117
    52. Passion Fruit Guacamole 119
    53. Moringa Guacamole 121
    54. Mojito Guacamole 123
    55. Mimosa Guacamole 125
    56. Sunflower Guacamole 127
    57. Dragon Fruit Guacamole 129
TAMALES 131
    58. Cinco De Mayo Margarita Tamales 132
    59. Bagong Mexican Pork Tamales 134
    60. Red-Chile Pork Tamales 138
    61. Tinadtad na Karne Tamales 142
    62. Tinadtad na Pork Tamales 145
    63. Time-Warp Tamales 148
    64. Tamales With Chicken At Salsa Verde 152
    65. Chicken Tamales na May Bell Pepper at Basil Sauce 156
    66. Chilean Seasoned Pureed Corn Tamales 159
    67. Succotash Tamales 161
    68. Sweet Bean Tamales 163
    69. Sweet Black Rice Tamales With Ha Gow 166
    70. Green Corn Tamale Casserole 170
    71. Cabbage Tamales 172
    72. Chilahuates (Tamales na Nakabalot sa Dahon ng Saging) 174
    73. Hipon At Mais Tamales 177
    74. Lobster At Avocado Tamales 179
    75. Crab At Roasted Red Pepper Tamales 181
    76. Salmon At Dill Tamales 183

CHURROS 185
- 77. BASIC FRIED CHURROS 186
- 78. BASIC BAKED CHURROS 188
- 79. CINNAMON CHURROS 191
- 80. FIVE-SPICE CHURROS 193
- 81. SPICY CORN CHURROS 195
- 82. CHOCOLATE CHURROS 199
- 83. CHURROS NA PUNO NG KARAMEL 201
- 84. DULCE DE LECHE CHURROS 203

FLAN 205
- 85. CHOCOLATE FLAN 206
- 86. VANILLA BAILEYS CARAMEL FLAN 208
- 87. SPICY HORCHATA FLAN 210
- 88. ALLSPICE FLAN 213

TRES LECHES CAKE 215
- 89. PASSIONFRUIT TRES LECHES CAKE 216
- 90. GUAVA TRES LECHES CAKE 219
- 91. BAILEYS TRES LECHES CAKE 222
- 92. WHITE RUSSIAN TRES LECHES 225
- 93. PEACH BOURBON TRES LECHES 228
- 94. MARGARITA TRES LECHES CAKE 231
- 95. PUMPKIN SPICE TRES LECHES CAKE 234
- 96. CINNAMON TRES LECHES CAKE 237

MGA DESSERT BOARDS 240
- 97. CINCO DE MAYO FIESTA DESSERT BOARD 241
- 98. CHURRO DESSERT BOARD 243
- 99. TRES LECHES DESSERT BOARD 245
- 100. MEXICAN FRUIT SALAD DESSERT BOARD 247

KONKLUSYON 249

PANIMULA

Ipinapakilala ang "PINAKAMAHUSAY CINCO DE MAYO AKLAT NG LUTUIN," ang iyong pasaporte sa makulay at masarap na mundo ng mga pagdiriwang ng Cinco de Mayo. Sa culinary journey na ito, inaanyayahan ka naming tuklasin ang tunay na diwa ng maligaya na holiday na ito na may na-curate na koleksyon ng 100 katakam-takam na recipe na sumasaklaw mula sa tacos hanggang tres. leches at lahat ng nasa pagitan. Ang Cinco de Mayo ay higit pa sa isang araw ng paggunita; ito ay isang pagdiriwang ng Mexican na kultura, kasaysayan, at, siyempre, hindi kapani-paniwalang lutuin.

Sa loob ng mga pahina ng cookbook na ito, makikita mo ang isang kayamanan ng mga recipe na kumukuha ng diwa at lasa ng Cinco de Mayo. Mula sa mga klasikong pagkain tulad ng mga tacos, enchilada, at guacamole hanggang sa mga maligaya na dessert tulad ng churros, flan, at, siyempre, tres leches cake, ang bawat recipe ay ginawa upang pukawin ang makulay na mga kulay at matapang na lasa ng Mexican cuisine.

Nagho-host ka man ng fiesta kasama ang mga kaibigan o gusto lang magpakasawa sa masarap na pagkain kasama ang iyong pamilya, ang mga recipe na ito ay siguradong magpapasaya sa iyong panlasa at dadalhin ka sa gitna ng Mexico. Ang pinagkaiba ng "PINAKAMAHUSAY CINCO DE MAYO AKLAT NG LUTUIN" ay ang pangako nito sa pagiging tunay at kahusayan sa pagluluto.

Ang bawat recipe ay maingat na pinili at nasubok upang matiyak na nakukuha nito ang tunay na diwa ng Cinco de Mayo, na pinarangalan ang masaganang tradisyon sa pagluluto ng Mexico habang nagbibigay din ng modernong twist para sa mga lutuing bahay ngayon . Sa madaling sundin na mga tagubilin, kapaki-pakinabang na mga tip, at nakamamanghang photography, ang cookbook na ito ang iyong gabay sa paggawa ng hindi malilimutang mga pista ng Cinco de Mayo.

Sa ating pagsisimula sa culinary adventure na ito nang magkasama, ipinaaabot ko ang aking pinakamainit na pasasalamat sa pagsama sa akin sa pagdiriwang ng makulay na lasa at mayamang kultural na pamana ng Cinco de Mayo. Nawa'y mapuno ang iyong kusina ng mga amoy ng sizzling tacos, maanghang na salsas, at dekadenteng dessert, at nawa'y ang bawat kagat ay maglalapit sa iyo sa diwa ng masayang holiday na ito. Kaya, kunin ang iyong apron, patalasin ang iyong mga kutsilyo, at maghanda upang simulan ang isang masarap na paglalakbay sa pamamagitan ng mga lasa ng Mexico. ¡Viva Cinco de Mayo!

TACOS

1. Slow Cooker Chicken Tacos

MGA INGREDIENTS:
- 2 libra ng dibdib o hita ng manok
- 8 pirasong organic o regular na tortillas
- 1 tasang organic o lutong bahay na salsa
- ½ tasang tubig
- 2 kutsarita ng ground cumin
- 2 kutsarita ng sili na pulbos
- 1 kutsarita ng bawang pulbos
- 1 kutsarita ng ground coriander
- ¼ kutsarita ng cayenne pepper (higit pa para sa init)
- ½ kutsarita ng asin sa dagat
- ¼ kutsarita ng itim na paminta
- Mga Toppings: Mga sariwang tinadtad na gulay na mapagpipilian, sariwang cilantro, olive, avocado, sariwang salsa, lime wedge, atbp.

MGA TAGUBILIN:
a) Ilagay ang mga piraso ng manok sa slow cooker kasama ng tubig, ground cumin, chili powder, garlic powder, ground coriander, cayenne pepper, asin, at paminta. Haluin para mabalot ang manok.
b) Magluto ng 4 hanggang 5 oras sa mataas.
c) Alisin ang manok at gupitin. Ibalik sa mabagal na kusinilya at lutuin ng isa pang 30 minuto.
d) Ihain ang manok sa tortilla wraps at magdagdag ng salsa at toppings na gusto mo.

2. Citrus At Herb Chicken Taco

MGA INGREDIENTS:
TACOS
- 6 hita ng manok, may balat
- 3 Suso ng Manok, may balat
- 2 Limes, zest, at juice
- 2 Lemon, zest, at juice
- 1 tasa pinaghalong sariwang damo
- ¼ tasa ng Vermouth o tuyong puting alak
- ¼ tasa ng Olive Oil
- 1 kutsarita Cumin, toasted
- 1 kutsarita ng kulantro, toasted
- 1 kutsarita Bawang, tinadtad

GARNISH IDEAS:
- Pinili na Cilantro Lime wedges Labanos na matchsticks
- Lettuce julienned (spinach, iceberg, butter, o repolyo)
- Pico de Gallo
- Maliliit na hiwa ng keso
- Sour Cream
- Mga adobo na mainit na paminta

PARA MAGTITIPON
- 12 harina tortillas

MGA TAGUBILIN:
TACOS
a) Pagsamahin ang lahat ng sangkap at hayaang mag-marinate ang manok nang hindi bababa sa 4 na oras.
b) I-ihaw muna ang manok, balat pababa sa grill.
c) Kapag sapat na ang lamig upang mahawakan nang halos tumaga.

PARA MAGTITIPON ANG MGA TACOS
a) Kumuha ng dalawang tortilla at ilagay ang humigit-kumulang ¼ ng manok sa bawat isa at itaas na may mga gustong palamuti.
b) Ihain ang black bean at rice salad kasama ng mga tacos.

3.Kamote At Karot Tinga Tacos

MGA INGREDIENTS:
- ¼ tasa ng Tubig
- 1 tasa ng manipis na hiniwang puting sibuyas
- 3 sibuyas ng bawang, tinadtad
- 2 ½ tasa Grad kamote
- 1 tasang Grated carrot
- 1 lata (14 ounces) Diced na kamatis
- 1 kutsarita ng Mexican oregano
- 2 Chipotle peppers sa adobo
- ½ tasa stock ng gulay
- 1 abukado, hiniwa
- 8 Tortilla

MGA TAGUBILIN:

a) Sa isang malaking kawali sa katamtamang init, magdagdag ng tubig at sibuyas, at lutuin ng 3 -4 minuto, hanggang ang sibuyas ay translucent at malambot. Idagdag ang bawang at magpatuloy sa pagluluto, pagpapakilos ng 1 minuto.

b) Magdagdag ng kamote at karot sa kawali at lutuin ng 5 min na madalas na paghahalo.

SAUCE:

c) Ilagay ang diced tomatoes, vegetable stock, oregano, at chipotle peppers sa blender at iproseso hanggang makinis.

d) maluto ang kamote at karot . Kung kinakailangan, magdagdag ng higit pang stock ng gulay sa kawali.

e) Ihain sa mainit-init na tortilla at itaas na may mga hiwa ng avocado.

4.Patatas At Chorizo Tacos

MGA INGREDIENTS:
- 1 kutsarang langis ng gulay, opsyonal
- 1 tasa sibuyas, puti, tinadtad
- 3 tasang patatas, binalatan, diced
- 1 tasang Vegan chorizo, niluto
- 12 tortillas
- 1 tasa ng paborito mong salsa

MGA TAGUBILIN:
a) Init ang 1 kutsarang mantika sa isang malaking kawali sa katamtamang mababang init. Magdagdag ng mga sibuyas at lutuin hanggang malambot at translucent, mga 10 minuto.
b) Habang nagluluto ang mga sibuyas, ilagay ang iyong hiwa ng patatas sa isang maliit na kasirola na may inasnan na tubig. Pakuluan ang tubig sa mataas na init. Ibaba ang init sa medium at hayaang maluto ang patatas ng 5 minuto.
c) Alisan ng tubig ang mga patatas at idagdag ang mga ito sa kawali na may sibuyas. Gawing medium-high ang init. Magluto ng patatas at sibuyas sa loob ng 5 minuto o hanggang sa magsimulang mag-brown ang patatas. Magdagdag ng higit pang langis kung kinakailangan.
d) Idagdag ang nilutong chorizo sa kawali at ihalo nang mabuti. Magluto ng isa pang minuto .
e) Timplahan ng asin at paminta.
f) Ihain kasama ng maiinit na tortilla at salsa na gusto mo.

5.Summer Calabacitas Tacos

MGA INGREDIENTS:
- ½ tasang sabaw ng gulay
- 1 tasa Sibuyas, puti, pinong diced
- 3 cloves Bawang, tinadtad
- ¼ tasa ng stock ng gulay o tubig
- 2 Zucchini, malaki, gupitin sa dice
- 2 tasang kamatis, diced
- 10 tortillas
- 1 abukado, hiniwa
- 1 tasa ng Paboritong Salsa

MGA TAGUBILIN:

a) Sa isang malaking mabigat na ilalim na palayok, itakda sa katamtamang init; pawisan ang sibuyas sa ¼ tasa ng sabaw ng gulay sa loob ng 2 hanggang 3 minuto hanggang sa maging translucent ang sibuyas.

b) Magdagdag ng bawang at ibuhos ang natitirang ¼ tasa ng sabaw ng gulay, takpan, at hayaang mag-steam.

c) Alisan ng takip, idagdag ang zucchini, at lutuin ng 3-4 minuto hanggang sa magsimula itong lumambot.

d) Magdagdag ng kamatis at lutuin ng 5 minuto pa, o hanggang malambot ang lahat ng gulay.

e) Timplahan ayon sa panlasa, at ihain sa mainit na tortilla na may mga hiwa ng avocado at salsa.

6.Creamy Chicken at Avocado Tacos

MGA INGREDIENTS:
- 1 onsa hinog na abukado
- 2 kutsarang Low-fat natural na yogurt
- 1 kutsarita Lemon juice
- Asin at paminta
- Ilang dahon ng litsugas, ginutay-gutay
- 1 shallot o 3 spring onion, Pinutol at hiniwa.
- 1 kamatis hiwa sa wedges
- Isang kapat ng isang paminta, pinong tinadtad
- 2 Taco shell
- 2 onsa inihaw na manok, hiniwa

MGA TAGUBILIN:

a) Sa isang maliit na bowl mash, ang avocado na may tinidor hanggang makinis. Idagdag ang yogurt at lemon juice at ihalo hanggang sa maghalo. Timplahan ng asin at paminta.

b) Paghaluin ang lettuce, shallot, o spring onions, kamatis, at berde o pulang paminta.

c) Painitin ang mga taco shell sa ilalim ng katamtamang grill sa loob ng 2 hanggang 3 minuto.

d) Alisin ang mga ito at punan ang mga ito ng pinaghalong salad. Itaas ang manok at kutsara sa ibabaw ng avocado dressing. Ihain kaagad.

7.Inihaw na Pork Tacos at Papaya Salsa

MGA INGREDIENTS:
- 1 Papaya; binalatan, binulaan, gupitin sa ½ pulgadang mga cube
- 1 maliit na pulang sili; may binhi at pinong tinadtad
- ½ tasa pulang sibuyas; tinadtad
- ½ tasa pulang kampanilya paminta; tinadtad
- ½ tasa sariwang dahon ng mint; tinadtad
- 2 kutsarang Lime juice
- ¼ pounds Pork boneless center loin roast; gupitin sa mga piraso
- ½ tasa sariwang papaya; tinadtad
- ½ tasa sariwang pinya; tinadtad
- 10 Flour tortillas, pinainit
- 1½ tasa Monterey Jack cheese; ginutay-gutay (6 oz)
- 2 kutsarang Margarine o mantikilya; natunaw

MGA TAGUBILIN:

a) Magluto ng baboy sa isang 10-pulgada na kawali sa katamtamang init para sa mga 10 minuto, paminsan-minsang pagpapakilos, hanggang sa hindi na kulay rosas; alisan ng tubig.

b) Haluin ang papaya at pinya. Init, pagpapakilos paminsan-minsan, hanggang mainit. Painitin ang hurno sa 425F.

c) Kutsara ang tungkol sa ¼ tasa ng pinaghalong baboy sa kalahati ng bawat tortilla; itaas na may mga 2 kutsara ng keso.

d) Tiklupin ang mga tortilla sa sobrang pagpuno. Ayusin ang lima sa mga napunong tortilla sa isang unreased jelly roll pan, 15 ½x10 ½x1 pulgada; brush na may tinunaw na margarine.

e) Maghurno nang walang takip para sa mga 10 minuto o hanggang sa matingkad na ginintuang kayumanggi. Ulitin sa natitirang mga tacos. Ihain kasama ng Papaya Salsa.

8.Tinadtad na Pork Tacos

MGA INGREDIENTS:
- ½ kilo na inihaw na baboy
- 12 malambot na homemade tacos
- 1 tasang hiniwang sibuyas
- ½ tasang tinadtad na kamatis at 1 abukado
- 1 lata na kamatis at 2-3 jalapeno chiles
- ½ tasa ng sour cream sauce
- 1 ancho chili at 1 tasang tubig
- 1 tasang ginutay-gutay na litsugas
- ½ kutsarita asin at paminta
- 1 tasang ginutay-gutay na cheddar cheese

MGA TAGUBILIN:

a) Kumuha ng isang malaking kasirola at idagdag ang tinadtad na karne ng baboy, mga gulay, tubig, at mga pampalasa, lutuin sa loob ng 20 minuto na hinahalo paminsan-minsan. Alisin ang mga gulay at karne ng manok mula sa pagluluto ng likido at gupitin ang mga ito sa maliliit na piraso.

b) Ipunin ang mga lutong bahay na tortilla na may lettuce, karne ng baboy, mga gulay, sour cream sauce, ginutay-gutay na keso, diced na kamatis, at mga avocado.

9. Chicken Corn Tacos na May Olives

MGA INGREDIENTS:
- ⅔ tasa Plus 2 Tbs. lutong dibdib ng manok; ginutay-gutay
- 1 pack Taco seasoning mix
- 3 ounces ng Canned Mexican style corn; pinatuyo
- 4 Taco shell o flour tortillas
- ⅓ tasa Plus 1 Tbs. litsugas; ginutay-gutay
- ½ katamtamang kamatis; tinadtad
- 1 kutsara at 2 kutsarita na hiniwang hinog na olibo
- 1 onsa hinimay na cheddar cheese

MGA TAGUBILIN:
a) Pagsamahin ang chicken at taco seasoning mix sa isang kawali sa medium-high heat.
b) Idagdag ang dami ng tubig na nakadirekta sa pakete para sa pagpuno ng taco. Pakuluan. Bawasan ang init sa medium.
c) Pakuluan ng 5-10 minuto, pagpapakilos paminsan-minsan, o hanggang sumingaw ang tubig. Haluin ang mais at lutuin hanggang sa lubusan na init.
d) Samantala, painitin ang mga taco shell o tortillas ayon sa itinuro sa pakete. Punan ang bawat shell ng ¼ tasa ng pagpuno ng manok.
e) Itaas ang bawat isa ng lettuce, kamatis, olibo, at keso.

10. Chicken Chili Verde Tacos

MGA INGREDIENTS:
- 3 tasang ginutay-gutay na repolyo
- 1 tasa sariwang cilantro -- bahagyang nakaimpake
- 1 tasang green chili salsa
- 1 pound Walang buto na walang balat na manok Mga suso
- 1 kutsarita ng langis ng salad
- 1 Walang buto na manok na walang balat Mga Dibdib -- hiwa-hiwain Mahaba
- 3 siwang bawang -- tinadtad
- 1 kutsarita Ground cumin
- ½ kutsarita ng pinatuyong oregano
- 8 Flour tortillas
- Nabawasan ang taba o regular

MGA TAGUBILIN:

a) Pagsamahin ang repolyo, cilantro, at salsa sa isang serving dish; itabi.

b) Gupitin ang manok nang crosswise sa ½-pulgadang lapad na mga piraso. Sa isang 10 hanggang 12-pulgadang nonstick na kawali sa katamtamang init, haluin ang mantika, sibuyas, at bawang sa loob ng 2 minuto. Palakihin ang init sa mataas, idagdag ang manok, at haluin nang madalas hanggang ang karne ay hindi na kulay rosas sa gitna, 4 hanggang 6 na minuto.

c) Magdagdag ng kumin at oregano; haluin ng 15 segundo. Kutsara sa isang serving dish. 3.

d) I-wrap ang mga tortilla sa isang tuwalya at lutuin sa microwave oven nang buong lakas hanggang mainit, mga 1½ minuto. Sa mesa, sandok ang mga pinaghalong repolyo at manok sa mga tortillas.

11. Chicken Cheddar Charred Corn Tacos

MGA INGREDIENTS:
- ⅔ tasa Plus 2 Tbs. lutong dibdib ng manok; ginutay-gutay
- 1 pack Taco seasoning mix
- 3 onsa ng Charred Corn
- 4 Taco shell o flour tortillas
- ⅓ tasa Plus 1 Tbs. litsugas; ginutay-gutay
- ½ katamtamang kamatis; tinadtad
- 1 kutsara at 2 kutsarita na hiniwang hinog na olibo
- kulay-gatas
- 1 onsa hinimay na cheddar cheese

MGA TAGUBILIN:
a) Pagsamahin ang chicken at taco seasoning mix sa isang kawali sa medium-high heat.
b) Idagdag ang dami ng tubig na nakadirekta sa pakete para sa pagpuno ng taco. Pakuluan.
c) Bawasan ang init sa katamtaman. Pakuluan ng 5-10 minuto, paminsan-minsang pagpapakilos, o hanggang sumingaw ang tubig.
d) Haluin ang mais at lutuin hanggang sa lubusan na init.
e) Samantala, painitin ang mga taco shell o tortillas ayon sa itinuro sa pakete. Punan ang bawat shell ng ¼ tasa ng pagpuno ng manok.
f) Itaas ang bawat isa ng lettuce, kamatis, olibo, at keso.
g) Ibuhos ang kulay-gatas sa itaas.

12.Inihaw na Hipon At Black Bean Tacos

MGA INGREDIENTS:
- 1 libra na binalatan na hipon
- 12 tortilla ng mais
- 2 kutsarang sili na pulbos
- 1 ½ kutsarang piniga na katas ng kalamansi
- 1 tasang black beans
- Pico de Gallo
- ½ kutsarita ng virgin olive oil
- ¼ kutsarita ng asin
- 6 Tuhog

MGA TAGUBILIN:
a) Painitin muna ang iyong grill, pagkatapos ay ihanda ang sarsa, painitin ang black beans, katas ng kalamansi, pulbos ng sili, at asin sa isang medium na kawali.
b) nabuo ang isang makinis na paste, ihanda ang mga skewer ng hipon. Kailangang iprito ang mga ito nang humigit-kumulang 1-2 minuto sa magkabilang panig, pagkatapos ay i-brush ang bawat hipon at iihaw ang mga ito para sa isa pang 2 minuto.
c) Buuin ang iyong tortilla, idagdag ang hipon, sarsa, at mga panimpla.

13.Itim na Cabo Fish Tacos

MGA INGREDIENTS:
- 1½ pounds puting isda at 8 onsa fish marinade
- 12 tortilla ng mais
- ¾ pound Asian Slaw
- 9 tablespoons lime sour cream
- 4 onsa mantikilya
- 7 kutsarang chipotle aioli
- 7 kutsarang Pico de Gallo
- 2 kutsarang pampalasa ng itim na paminta
- Chipotle Aioli
- ¾ tasa ng mayonesa
- 1 kutsarita katas ng kalamansi
- 1 kutsarang mustasa
- Kosher salt at ground black pepper
- 2 chipotle peppers

MGA TAGUBILIN:
a) Sa isang katamtamang kasirola, simulan ang pagtunaw ng unsalted butter, idagdag ang inatsara na puting isda, budburan ng black pepper spice, at iprito ang mga ito sa loob ng 2 minuto sa magkabilang panig.
b) Painitin ang bawat tortilla sa magkabilang panig, at idagdag ang pritong manok, ang chipotle aioli sauce, ilang Pico de Gallo, ilang Asian slaw, at ilang seasonings.

14. Spicy Shrimp Tacos

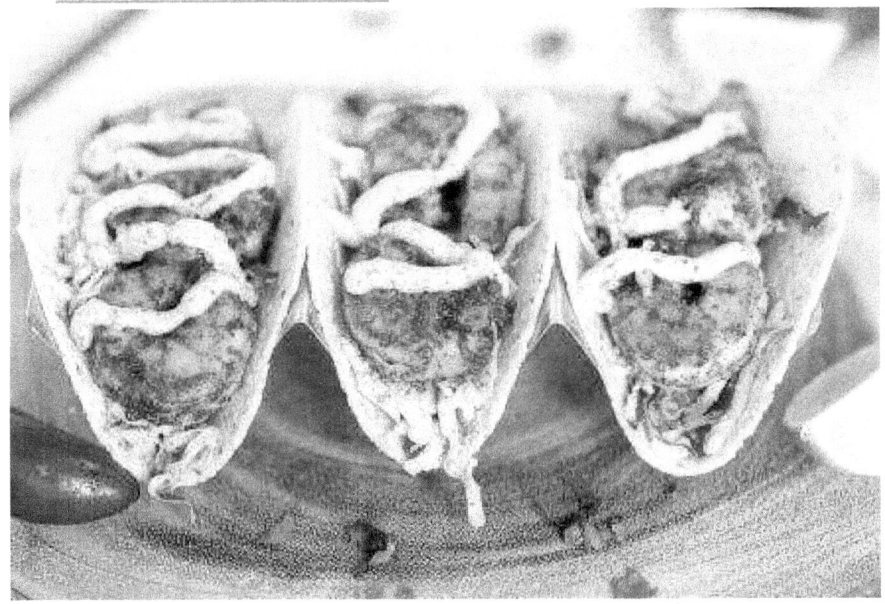

MGA INGREDIENTS:
- 4 na low-carb tortillas
- 4 na kutsarang mango salsa sauce
- 16 malalaking hipon
- 1 kutsarang sariwang tinadtad na cilantro
- 1 tasang Romaine lettuce
- ½ tasa ng cheddar cheese
- 4 kutsarita ng sili
- ½ tasang ginisang sibuyas
- Katas ng 1 kalamansi

MGA TAGUBILIN:

a) Magsimula sa hipon sa pamamagitan ng pag-marinate at pag-skewer sa kanila sa siracha sauce sa loob ng 5 minuto.

b) I-on ang grill at lutuin ang mga sibuyas ng ilang minuto, hanggang sa maluto.

c) Ilatag ang bawat tortilla at itaas na may kulay-gatas, hipon, lettuce, ginutay-gutay na keso, inihaw na sibuyas, at iba pang pampalasa.

15. Tilapia Tacos

MGA INGREDIENTS:
- 1 pound Tilapia fish filet
- 2 puting mais tortillas
- ½ hiniwang abukado
- ¼ kutsarita ng langis ng oliba
- 1 kamatis
- 1 puting sibuyas
- 1 katas ng kalamansi
- 1 dakot ng cilantro

MGA TAGUBILIN:

a) Sa isang pinainit na oven, simulan ang pag-ihaw ng mga tortilla at tilapia fish filet sa magkabilang panig, ngunit timplahan ang isda ng kaunting olive oil, asin, at paminta. Sa isang medium na mangkok, paghaluin ang kamatis, katas ng kalamansi, sibuyas, at mga panimpla.

b) Maglagay ng magandang layer ng ginutay-gutay na isda sa bawat tortilla, idagdag ang timpla mula sa mangkok, at hiniwang abukado, pagkatapos ay ilagay ang natitirang isda sa ibabaw.

16.Chicken Tacos na May Kanin At Sherry

MGA INGREDIENTS:
- 2 libra ng mga bahagi ng manok
- ¼ tasa ng harina
- 2 kutsarita ng Asin
- ¼ kutsarita ng Paminta
- 1 tasang sibuyas, tinadtad
- ¼ tasa ng mantikilya
- 2 kutsarang Worcestershire sauce
- ¼ kutsarita Bawang pulbos
- 1 tasang Chili sauce
- 1½ tasang sabaw ng manok
- 3 tasang Mainit na Bigas, niluto
- ½ tasa Dry Sherry

MGA TAGUBILIN:

a) Igulong ang manok sa pinagsamang harina, asin, at paminta.
b) Kayumanggi sa Margarin.
c) Itulak ang manok sa isang gilid.
d) Magdagdag ng mga sibuyas, at igisa hanggang transparent.
e) Haluin ang natitirang sangkap maliban sa kanin. Pakuluan, takpan, at bawasan ang init, pagkatapos ay kumulo ng 35 minuto.
f) Ihain ang manok at sarsa sa ibabaw ng higaan ng malambot na bigas.

17. Inihaw na Manok at Red Pepper Taco

MGA INGREDIENTS:
- 1½ libra Walang buto, walang balat na manok b
- 2 pulang kampanilya na inihaw na ihi
- 2 tangkay ng kintsay, hugasan at hiniwa
- 1 Med pulang sibuyas, binalatan at tinadtad
- ½ tasa ng nilutong black beans
- ¼ tasa tinadtad na dahon ng cilantro
- ¼ tasa ng balsamic vinegar
- ¼ tasa ng Langis
- ¼ tasa ng orange juice
- ¼ tasa katas ng kalamansi
- 2 Sibuyas ng bawang, binalatan at mi
- 1 kutsarita Ground coriander seed
- ½ kutsarita ng Paminta
- ½ kutsarita ng Asin
- ¼ tasa ng sour cream o non-fat yogurt
- 6 (8-in) na harina na tortilla

MGA TAGUBILIN:

a) ILAAN ANG ISANG IGLESI O PREHEAT ang isang broiler. Putulin ang mga dibdib ng manok sa pantay na kapal, at ihaw o iprito sa magkabilang panig hanggang maluto, ngunit hindi matuyo, mga 4 na minuto sa isang gilid. Makatuwirang mag-ihaw ng mga sili nang sabay. Hiwain, at itabi.

b) Pagsamahin ang bell peppers, celery, sibuyas, black beans, at cilantro sa isang mixing bowl. Pagsamahin ang suka, mantika, orange juice, katas ng dayap, bawang, kulantro, at paminta. Pagsamahin ang asin at kulay-gatas o yogurt sa isang garapon na may masikip na takip. Iling mabuti, at ibuhos ang dressing sa mga gulay.

c) I-marinate ang mga gulay sa loob ng 1 oras sa temperatura ng kuwarto. Maglagay ng malaking kawali sa katamtamang init, at ihaw ang mga tortilla sa loob ng 30 segundo sa isang gilid upang lumambot. Upang ihain, hatiin ang manok sa mga tortilla, ilagay ito sa gitna ng tortilla.

d) Hatiin ang mga gulay at ang kanilang dressing sa ibabaw ng manok, at igulong ang tortilla sa isang silindro.

e) Maglingkod kaagad; ang ulam ay dapat na nasa temperatura ng silid.

BEEF, AT Kordero

18.Beef Tacos

MGA INGREDIENTS:
- ½ kalahating kilong lean ground beef
- 8 buong wheat tortillas
- 1 pakete ng taco seasoning
- Tinadtad na romaine lettuce at 2 malalaking kamatis
- ¾ tasa ng tubig
- 2 tasang ginutay-gutay na cheddar cheese

MGA TAGUBILIN:

a) Sa isang medium na kawali magdagdag ng ilang tubig, giniling na karne ng baka, at taco seasoning, pagkatapos ay pakuluan ang lahat.

b) Painitin ang mga tacos sa magkabilang panig ayon sa mga tagubilin sa pakete, pagkatapos ay itaas ang karne, gulay, at sarsa.

19. Beef, Wild Mushroom, At Poblano Tacos

MGA INGREDIENTS:
- 1 kutsarang langis ng oliba
- 12 tortilla ng mais
- 1 pound beef steak
- 12 kutsarang salsa sauce at ½ kutsarita ng kulantro
- ½ kutsarita asin at itim na paminta
- 2 tasang hilaw na sibuyas at 1 tasang tinadtad na bawang
- ¾ tasa ng Mexican na keso
- 1 Poblano pepper
- 2 tasang ligaw na mushroom

MGA TAGUBILIN:

a) Simulan ang browning ng steak beef meat sa isang oiled medium pan, kasama ng asin at pepper seasonings. Pagkatapos magluto ng 5 minuto sa magkabilang panig, ilabas ang mga steak at itabi ang mga ito.

b) Idagdag ang natitirang mga sangkap sa kawali at igisa ang mga ito sa loob ng 5 minuto.

c) Ihain ang maiinit na tortillas na nilagyan ng pinaghalong mushroom, hiniwang karne ng steak, salsa sauce, at ginutay-gutay na Mexican cheese.

20. Low Fat Beef at Bean Tacos

MGA INGREDIENTS:
- 1 pound ground beef
- refried beans
- 8 taco shell at taco seasoning
- 1 matamis na sibuyas
- salsa sauce
- ginutay-gutay na cheddar cheese
- 1 hiniwang abukado
- kulay-gatas

MGA TAGUBILIN:
a) Simulan ang pagluluto ng karne ng baka sa isang mantika na kawali at idagdag ang beans at mga pampalasa.
b) Ilagay ang tacos sa isang plato at idagdag ang pinaghalong karne, salsa sauce, sour cream, hiniwang abukado, at ginutay-gutay na cheddar cheese.

21. Beef Cheddar Tacos

MGA INGREDIENTS:
- 1 ½ libra ng lean ground beef
- 8 buong mais tortillas
- 1 pakete ng taco seasoning
- 1 garapon salsa sauce
- 2 tasang gadgad na cheddar cheese

MGA TAGUBILIN:

a) Sa isang oiled frying pan dahan-dahang kayumanggi ang giniling na karne ng baka, idagdag ang sarsa ng salsa, at haluing mabuti, pagkatapos ay alisan ng tubig ang karne.

b) Painitin ang bawat tortilla at idagdag ang pinaghalong karne, mga seasoning, magdagdag ng ilang salsa sauce, at cheddar cheese.

22.Bbq Beef Tacos

MGA INGREDIENTS:
- 1 pound lean ground beef (o pabo)
- ½ tasang Mexican shredded cheese
- 1 hiniwang sibuyas at pulang paminta
- 8 buong wheat tortillas
- ½ tasang barbecue sauce
- 1 diced na kamatis

MGA TAGUBILIN:
a) Simulan ang pagluluto ng karne ng baka, mga sibuyas, at mga paminta sa isang medium-oiled na kawali hanggang sa magaling na , hinahalo paminsan-minsan.
b) Idagdag ang sarsa at lutuin ang lahat ng 2 minuto.
c) Ibuhos ang pinaghalong karne sa bawat tortilla at itaas ng keso at mga kamatis bago ihain.

23. Tacos De Barbacoa

MGA INGREDIENTS:
- 4 na libra ng karne ng baka
- ¼ tasang cider vinegar
- 20 tortilla ng mais
- 3 kutsarang katas ng kalamansi
- ¾ tasa ng sabaw ng manok
- 3-5 de-latang chipotle chiles
- 2 kutsarang langis ng gulay at 3 dahon ng bay
- 4 na sibuyas ng bawang at kumin
- 3 kutsarita ng Mexican oregano
- 1 ½ kutsarita ng asin at itim na paminta
- ½ kutsarita ng giniling na mga clove
- sibuyas, cilantro, at lime wedges (tinadtad)

MGA TAGUBILIN:

a) Paghaluin sa katamtamang mangkok ang katas ng kalamansi, mga sibuyas ng bawang, suka ng cider, at iba pang pampalasa, hanggang sa maging makinis ang mga ito na parang paste.

b) Kunin ang karne at lutuin ito sa isang may langis na kawali sa loob ng 5 minuto, sa magkabilang panig. Idagdag ang pinaghalong mula sa mangkok sa ibabaw ng karne at patuloy na haluing mabuti.

c) Pagkatapos ng 10 minuto, habang ang mga sangkap ay kumukulo, idagdag ang timpla sa preheated oven. Magluto ng halos 4-5 na oras.

d) Ihain ang corn tortillas na may pinaghalong oven, sibuyas, cilantro, lime wedges, at iba pang pampalasa.

MGA ENCILADA

24.Hipon At Keso Enchilada

MGA INGREDIENTS:
- 12 tortilla ng mais
- 2 tasang ginutay-gutay na Monterey Jack cheese
- 1 pound medium hipon, binalatan at deveined
- ¼ tasa tinadtad na sibuyas
- 2 cloves ng bawang, tinadtad
- 2 kutsarang langis ng gulay
- 1 lata (10 onsa) berdeng enchilada sauce
- Asin at paminta para lumasa

MGA TAGUBILIN:
a) Painitin ang oven sa 375°F. Sa isang malaking kawali, magpainit ng mantika sa katamtamang init.
b) Magdagdag ng sibuyas at bawang, at lutuin hanggang lumambot ang sibuyas, mga 5 minuto. Magdagdag ng hipon at lutuin hanggang pink, mga 3-4 minuto.
c) Alisan sa init.
d) Painitin ang mga tortilla sa microwave sa loob ng 30 segundo. Punan ang bawat tortilla ng isang dakot ng keso at isang kutsarang pinaghalong hipon.
e) I-roll up nang mahigpit at ilagay ang tahi sa gilid pababa sa isang greased baking dish.
f) Ibuhos ang berdeng enchilada sauce sa ibabaw ng enchilada. Budburan ang natitirang keso.
g) Takpan ng foil at maghurno ng 20 minuto. Alisin ang foil at maghurno ng karagdagang 10-15 minuto hanggang sa matunaw at mabula ang keso.

25. Chicken And Cheese Enchiladas With Verde

MGA INGREDIENTS:
- 12 tortilla ng mais
- 2 tasang ginutay-gutay na Monterey Jack cheese
- 2 tasang niluto at hinimay na manok
- 1 lata (10 onsa) berdeng enchilada sauce
- ½ tasa ng kulay-gatas
- ¼ tasa tinadtad na cilantro
- Asin at paminta para lumasa

MGA TAGUBILIN:
a) Painitin muna ang oven sa 375°F.
b) Sa isang medium na mangkok, paghaluin ang ginutay-gutay na manok, cilantro, sour cream, asin, at paminta.
c) Painitin ang mga tortilla sa microwave sa loob ng 30 segundo.
d) Punan ang bawat tortilla ng isang dakot na keso at isang kutsarang pinaghalong manok. I-roll up nang mahigpit at ilagay ang tahi sa gilid pababa sa isang greased baking dish.
e) Ibuhos ang berdeng enchilada sauce sa ibabaw ng enchilada.
f) Budburan ang natitirang keso. Takpan ng foil at maghurno ng 20 minuto.
g) Alisin ang foil at maghurno ng karagdagang 10-15 minuto hanggang sa matunaw at mabula ang keso.

26. Vegetarian Black Bean At Cheese Enchilada

MGA INGREDIENTS:
- 12 tortilla ng mais
- 2 tasang ginutay-gutay na Monterey Jack cheese
- 1 lata (15 ounces) black beans, banlawan at pinatuyo
- ½ tasa ng frozen na mais, lasaw
- ¼ tasa tinadtad na sibuyas
- 1 lata (10 onsa) pulang enchilada sauce
- Asin at paminta para lumasa

MGA TAGUBILIN:
a) Painitin muna ang oven sa 375°F.
b) Sa isang medium na mangkok, paghaluin ang black beans, mais, sibuyas, asin, at paminta.
c) Painitin ang mga tortilla sa microwave sa loob ng 30 segundo. Punan ang bawat tortilla ng isang dakot ng keso at isang kutsarang pinaghalong black bean.
d) I-roll up nang mahigpit at ilagay ang tahi sa gilid pababa sa isang greased baking dish.
e) Ibuhos ang pulang enchilada sauce sa ibabaw ng enchilada.
f) Budburan ang natitirang keso. Takpan ng foil at maghurno ng 20 minuto.
g) Alisin ang foil at maghurno ng karagdagang 10-15 minuto hanggang sa matunaw at mabula ang keso.

27. Pangunahing Beef Enchilada

MGA INGREDIENTS:
- 1 pound ground beef
- 12 tortilla ng mais
- 1 lata ng enchilada sauce
- 1 hiniwang sibuyas
- 2 cloves ng bawang
- 1 kutsarita ng kumin
- Asin at paminta para lumasa

MGA TAGUBILIN:
a) Painitin muna ang oven sa 375°F. Sa isang kawali, lutuin ang karne ng baka na may sibuyas, bawang, kumin, asin, at paminta hanggang sa browned.
b) Sa isang kasirola, init ang enchilada sauce sa katamtamang init.
c) Isawsaw ang mga tortilla sa sarsa at ilagay ang mga ito sa isang 9x13-pulgadang baking dish.
d) Punan ang bawat tortilla ng pinaghalong karne ng baka at igulong ito.
e) Ibuhos ang natitirang sauce sa mga enchiladas at maghurno ng 25-30 minuto.

28.Beef At Bean Enchiladas

MGA INGREDIENTS:
- 1 pound ground beef
- 1 lata ng black beans, pinatuyo at binanlawan
- 1 hiniwang sibuyas
- 2 cloves ng bawang
- 1 lata ng pulang enchilada sauce
- 12 tortilla ng mais
- Asin at paminta para lumasa

MGA TAGUBILIN:
a) Painitin muna ang oven sa 375°F.
b) Sa isang kawali, lutuin ang karne ng baka na may sibuyas, bawang, asin, at paminta hanggang sa browned.
c) Idagdag ang black beans at haluing mabuti. Sa isang kasirola, init ang enchilada sauce sa katamtamang init.
d) Isawsaw ang mga tortilla sa sarsa at ilagay ang mga ito sa isang 9x13-inch na baking dish.
e) Punan ang bawat tortilla ng beef at bean mixture at igulong ito.
f) Ibuhos ang natitirang sauce sa mga enchiladas at maghurno ng 25-30 minuto.

29. Spicy Beef Enchiladas

MGA INGREDIENTS:
- 12 harina tortillas
- 2 tasang ginutay-gutay na pepper jack cheese
- 1 pound ground beef
- 1 lata (10 onsa) enchilada sauce
- 1 lata (4 ounces) diced berdeng sili, pinatuyo
- 1 kutsarang sili na pulbos
- ½ kutsarita ng kumin
- Asin at paminta para lumasa

MGA TAGUBILIN:
a) Painitin muna ang oven sa 375°F.
b) Sa isang malaking kawali, lutuin ang giniling na karne ng baka sa katamtamang apoy hanggang sa maging kayumanggi ang karne ng baka at maluto. Alisan ng tubig ang anumang labis na taba.
c) Magdagdag ng chili powder, cumin, asin, at paminta sa panlasa. Haluin ang diced green chilies. Painitin ang mga tortilla sa microwave sa loob ng 30 segundo.
d) Punan ang bawat tortilla ng isang dakot ng keso at isang kutsarang pinaghalong beef.
e) I-roll up nang mahigpit at ilagay ang tahi sa gilid pababa sa isang greased baking dish. Ibuhos ang enchilada sauce sa ibabaw ng enchilada.
f) Budburan ang natitirang keso. Takpan ng foil at maghurno ng 20 minuto.
g) Alisin ang foil at maghurno ng karagdagang 10-15 minuto hanggang sa matunaw at mabula ang keso.

30.Mixed Bean Enchiladas

MGA INGREDIENTS:
- 10 tortilla ng mais
- 1 lata (15 ounces) black beans, pinatuyo at binanlawan
- 1 lata (15 ounces) kidney beans, pinatuyo at binanlawan
- 1 lata (15 ounces) pinto beans, pinatuyo at binanlawan
- 1 lata (4 onsa) diced berdeng sili
- ½ tasang tinadtad na sibuyas
- ½ tasang tinadtad na berdeng paminta
- 2 cloves ng bawang, tinadtad
- 1 kutsarita ng ground cumin
- 1 kutsarita ng sili na pulbos
- 2 tasang enchilada sauce
- 1 tasang ginutay-gutay na cheddar cheese
- ¼ tasa tinadtad na sariwang cilantro

MGA TAGUBILIN:
a) Painitin muna ang oven sa 375°F.
b) Sa isang malaking mangkok, paghaluin ang black beans, kidney beans, pinto beans, berdeng sili, sibuyas, bell pepper, bawang, kumin, at chili powder.
c) Painitin ang mga tortillas sa microwave o sa isang kawaling-dagat hanggang sa sila ay malambot at malambot.
d) Kutsara ang ilan sa pinaghalong bean sa bawat tortilla at igulong nang mahigpit.
e) Ilagay ang pinagsama-samang tortillas na pinagtahian pababa sa isang 9x13-inch na baking dish.
f) Ibuhos ang enchilada sauce sa ibabaw ng enchilada.
g) Budburan ang ginutay-gutay na keso sa ibabaw ng enchiladas.
h) Maghurno ng 20-25 minuto, o hanggang sa maging golden brown ang enchilada at matunaw ang keso.
i) Budburan ang tinadtad na cilantro sa ibabaw ng enchiladas bago ihain.

31. Enchilada Black Beans Lasagna

MGA INGREDIENTS:
- 12 tortilla ng mais
- 2 tasang enchilada sauce
- 1 tasang nilutong black beans
- 1 tasang butil ng mais
- 1 tasang diced bell peppers
- 1 tasang hiniwang sibuyas
- 3 cloves ng bawang, tinadtad
- 1 kutsarang langis ng oliba
- 1 kutsarita ng ground cumin
- 1 kutsarita ng sili na pulbos
- Asin at paminta para lumasa
- 1 tasang vegan shredded cheese (cheddar o Mexican blend)
- Sariwang cilantro, tinadtad (para sa dekorasyon)

MGA TAGUBILIN:
a) Painitin muna ang iyong oven sa 375°F (190°C).
b) Sa isang malaking kawali, init ang langis ng oliba sa katamtamang init. Idagdag ang sibuyas at bawang, at igisa hanggang lumambot.
c) Idagdag ang diced bell peppers, corn kernels, lutong black beans, ground cumin, chili powder, asin, at paminta. Lutuin ng ilang minuto hanggang ang mga gulay ay lumambot at nababalutan ng mga pampalasa.
d) Ikalat ang isang manipis na layer ng enchilada sauce sa ilalim ng isang baking dish.
e) Ayusin ang isang layer ng corn tortillas sa ibabaw ng sauce, na sumasakop sa buong ilalim ng ulam.
f) Ikalat ang kalahati ng pinaghalong gulay at bean sa mga tortillas.
g) Magpahid ng ilang enchilada sauce sa mga gulay at budburan ng vegan shredded cheese.
h) Ulitin ang mga layer na may isa pang layer ng tortillas, ang natitirang pinaghalong gulay at bean, enchilada sauce, at vegan shredded cheese.
i) Tapusin na may huling layer ng tortillas, na nilagyan ng enchilada sauce at vegan shredded cheese.
j) Takpan ang baking dish na may foil at maghurno ng 20 minuto.
k) Alisin ang foil at maghurno ng karagdagang 10 minuto hanggang sa matunaw at mabula ang keso.
l) Palamutihan ng sariwang cilantro bago ihain.

32. Cheesy Chicken Enchiladas

MGA INGREDIENTS:
- 2 lbs. walang buto, walang balat na dibdib ng manok
- 2 tasang ginutay-gutay na cheddar cheese
- 1 lata (4 ounces) diced green chiles
- ½ tasa ng salsa
- 10-12 harina tortillas
- Asin at paminta para lumasa

MGA TAGUBILIN:
a) Painitin muna ang oven sa 375°F.
b) Timplahan ng asin at paminta ang manok, pagkatapos ay lutuin sa isang malaking kawali sa katamtamang init hanggang sa mag-brown at maluto.
c) Hiwain ang manok at itabi.
d) Sa isang malaking mangkok, paghaluin ang ginutay-gutay na keso, diced green chiles, at salsa.
e) Sa isang hiwalay na mangkok, ihalo ang hinimay na manok.
f) Painitin ang mga tortillas sa microwave o sa isang kawaling-dagat hanggang sa sila ay malambot at malambot.
g) Maglagay ng masaganang kutsara ng pinaghalong manok sa bawat tortilla at igulong nang mahigpit.
h) Ilagay ang pinagsama-samang tortillas na pinagtahian pababa sa isang 9x13-inch na baking dish.
i) Ibuhos ang pinaghalong keso sa ibabaw ng enchiladas.
j) Maghurno sa preheated oven sa loob ng 20-25 minuto, o hanggang sa matunaw at bubbly ang keso.

33. Creamy Chicken Enchiladas With Poblano Sauce

MGA INGREDIENTS:
- 2 lbs. walang buto, walang balat na dibdib ng manok
- ½ tasa ng mabigat na cream
- ¼ tasa ng kulay-gatas
- 1 lata (4 ounces) diced green chiles
- 2 tasang ginutay-gutay na Monterey jack cheese
- 10-12 corn tortillas
- Asin at paminta para lumasa
- Poblano Sauce:
- 2 malalaking poblano peppers
- ½ sibuyas, tinadtad
- 2 cloves ng bawang, tinadtad
- ½ tasang sabaw ng manok
- ½ tasang mabigat na cream
- Asin at paminta para lumasa

MGA TAGUBILIN:
a) Painitin muna ang oven sa 375°F.
b) Timplahan ng asin at paminta ang manok, pagkatapos ay lutuin sa isang malaking kawali sa katamtamang init hanggang sa mag-brown at maluto.
c) Hiwain ang manok at itabi.
d) Sa isang malaking mangkok, paghaluin ang mabibigat na cream, sour cream, diced green chiles, at 1 tasa ng ginutay-gutay na Monterey jack cheese.
e) Sa isang hiwalay na mangkok, ihalo ang hinimay na manok.
f) Painitin ang mga tortillas sa microwave o sa isang kawaling-dagat hanggang sa sila ay malambot at malambot.
g) Maglagay ng masaganang kutsara ng pinaghalong manok sa bawat tortilla at igulong nang mahigpit.
h) Ilagay ang pinagsama-samang tortillas na pinagtahian pababa sa isang 9x13-inch na baking dish.
i) Ibuhos ang creamy sauce mixture sa ibabaw ng enchiladas at iwiwisik ang natitirang ginutay-gutay na keso.
j) Maghurno sa preheated oven sa loob ng 20-25 minuto, o hanggang sa matunaw at bubbly ang keso.

k) Para sa Poblano Sauce:
l) Inihaw ang poblano peppers sa bukas na apoy o sa ilalim ng broiler hanggang sa masunog at mapaltos ang balat.
m) Alisin mula sa init at ilagay sa isang plastic bag para sa 10-15 minuto upang singaw.
n) Alisin ang balat, tangkay, at buto mula sa mga sili at i-chop ang laman.
o) Sa isang malaking kasirola, igisa ang sibuyas at bawang hanggang lumambot.
p) Idagdag ang tinadtad na poblanos , sabaw ng manok, at mabigat na cream sa kasirola at kumulo sa loob ng 10-15 minuto.
q) Timplahan ng asin at paminta ayon sa panlasa.
r) Ibuhos ang sarsa sa mga enchilada bago ihain.

34.Chicken Enchiladas na may Verde Sauce

MGA INGREDIENTS:
- 2 lbs. walang buto, walang balat na dibdib ng manok
- 2 tasang ginutay-gutay na Monterey jack cheese
- 1 lata (4 ounces) diced green chiles
- 1 garapon (16 ounces) salsa verde
- 10-12 corn tortillas
- Asin at paminta para lumasa

MGA TAGUBILIN:
a) Painitin muna ang oven sa 375°F.
b) Timplahan ng asin at paminta ang manok, pagkatapos ay lutuin sa isang malaking kawali sa katamtamang init hanggang sa mag-brown at maluto.
c) Hiwain ang manok at itabi.
d) Sa isang malaking mangkok, paghaluin ang ginutay-gutay na keso, diced green chiles, at ½ tasa ng salsa verde.
e) Sa isang hiwalay na mangkok, ihalo ang hinimay na manok.
f) Painitin ang mga tortillas sa microwave o sa isang kawaling-dagat hanggang sa sila ay malambot at malambot.
g) Maglagay ng masaganang kutsara ng pinaghalong manok sa bawat tortilla at igulong nang mahigpit.
h) Ilagay ang pinagsama-samang tortillas na pinagtahian pababa sa isang 9x13-inch na baking dish.
i) Ibuhos ang natitirang salsa verde sa ibabaw ng mga enchilada.
j) Maghurno sa preheated oven sa loob ng 20-25 minuto, o hanggang sa matunaw at bubbly ang keso.

35. Creamy Chicken Enchiladas na May Tomatillo Sauce

MGA INGREDIENTS:
- 2 lbs. walang buto, walang balat na dibdib ng manok
- ½ tasa ng mabigat na cream
- ¼ tasa ng kulay-gatas
- 1 lata (4 ounces) diced green chiles
- 2 tasang ginutay-gutay na Monterey jack cheese
- 10-12 corn tortillas
- Asin at paminta para lumasa
- Tomatillo Sauce:
- 8 tomatillos, tinabas at binanlawan
- ½ sibuyas, tinadtad
- 2 cloves ng bawang, tinadtad
- ½ tasang sabaw ng manok
- ½ tasang mabigat na cream
- Asin at paminta para lumasa

MGA TAGUBILIN:
a) Painitin muna ang oven sa 375°F.
b) Timplahan ng asin at paminta ang manok, pagkatapos ay lutuin sa isang malaking kawali sa katamtamang init hanggang sa mag-brown at maluto.
c) Hiwain ang manok at itabi.
d) Sa isang malaking mangkok, paghaluin ang mabibigat na cream, sour cream, diced green chiles, at 1 tasa ng ginutay-gutay na Monterey jack cheese.
e) Sa isang hiwalay na mangkok, ihalo ang hinimay na manok.
f) Painitin ang mga tortillas sa microwave o sa isang kawaling-dagat hanggang sa sila ay malambot at malambot.
g) Maglagay ng masaganang kutsara ng pinaghalong manok sa bawat tortilla at igulong nang mahigpit.
h) Ilagay ang pinagsama-samang tortillas na pinagtahian pababa sa isang 9x13-inch na baking dish.
i) Ibuhos ang creamy sauce mixture sa ibabaw ng enchiladas at iwiwisik ang natitirang ginutay-gutay na keso.
j) Maghurno sa preheated oven sa loob ng 20-25 minuto, o hanggang sa matunaw at bubbly ang keso.

k) Para sa Tomatillo Sauce:
l) Painitin muna ang broiler.
m) Ilagay ang tomatillos sa isang baking sheet at iprito sa loob ng 5-7 minuto, o hanggang sa masunog at mapaltos ang balat.
n) Alisin sa apoy at palamigin.
o) Sa isang blender o food processor, katas ang tomatillos, sibuyas, bawang, sabaw ng manok, at mabigat na cream hanggang sa makinis.
p) Timplahan ng asin at paminta ayon sa panlasa.
q) Ibuhos ang sarsa sa mga enchilada bago ihain.

36.Chicken Enchilada Nachos

MGA INGREDIENTS:
- 2 tasang nilutong hinimay na manok
- 1 lata (10 onsa) ng pulang enchilada sauce
- 1 bag ng tortilla chips
- 1 tasang ginutay-gutay na cheddar cheese
- ¼ tasa diced pulang sibuyas
- ¼ tasa tinadtad na sariwang cilantro
- Sour cream para sa paghahatid

MGA TAGUBILIN:
a) Painitin muna ang oven sa 375°F.
b) Sa isang mangkok, ihalo ang nilutong hinimay na manok sa pulang enchilada sauce.
c) Sa isang baking sheet, ikalat ang tortilla chips sa isang layer.
d) Budburan ang ginutay-gutay na cheddar cheese sa ibabaw ng chips, pagkatapos ay itaas ang pinaghalong sarsa ng manok at enchilada.
e) Maghurno ng 10-15 minuto, o hanggang matunaw ang keso at mabula.
f) Ibabaw na may hiniwang pulang sibuyas at tinadtad na sariwang cilantro. Ihain na may kulay-gatas.

37. Black Bean At Corn Enchilada

MGA INGREDIENTS:
- 1 sibuyas, tinadtad
- 2 sibuyas ng bawang, tinadtad
- 1 lata (15 ounces) black beans, pinatuyo at binanlawan
- 1 lata (15 ounces) na mais, pinatuyo
- 1 kutsarita ng ground cumin
- Asin at paminta para lumasa
- 8-10 corn tortillas
- 1 ½ tasang ginutay-gutay na cheddar cheese
- 1 lata (15 onsa) enchilada sauce

MGA TAGUBILIN:
a) Painitin muna ang oven sa 350°F.
b) Sa isang malaking kawali, igisa ang tinadtad na sibuyas at bawang hanggang mabango, mga 2-3 minuto.
c) Idagdag ang black beans, mais, kumin, asin, at paminta sa kawali at haluin hanggang sa maayos na pinagsama.
d) Painitin ang corn tortillas sa microwave o sa isang kawaling kawal hanggang sa lumambot at malambot ang mga ito.
e) Ibuhos ang isang maliit na halaga ng enchilada sauce sa ilalim ng isang 9x13-inch baking dish.
f) Maglagay ng isang masaganang kutsara ng black bean at pinaghalong mais sa bawat tortilla at igulong nang mahigpit.
g) Ilagay ang pinagsama-samang tortillas na pinagtahian pababa sa baking dish.
h) Ibuhos ang natitirang enchilada sauce sa ibabaw ng enchilada.
i) Budburan ang ginutay-gutay na cheddar cheese sa ibabaw ng enchiladas.
j) Maghurno sa preheated oven sa loob ng 20-25 minuto, o hanggang sa matunaw at bubbly ang keso.
k) Palamutihan ng sariwang cilantro at ihain nang mainit.

ISDA AT SEAFOOD

38.Mga Enchilada ng hipon

MGA INGREDIENTS:
- 1 libra na niluto at tinadtad na hipon
- 12 tortilla ng mais
- 1 lata ng pulang enchilada sauce
- 1 hiniwang sibuyas
- 2 cloves ng bawang
- 1 kutsarita ng kumin
- Asin at paminta para lumasa

MGA TAGUBILIN:
a) Painitin muna ang oven sa 375°F.
b) Sa isang kasirola, init ang enchilada sauce, sibuyas, bawang, kumin, asin, at paminta sa katamtamang init.
c) Isawsaw ang mga tortilla sa sarsa at ilagay ang mga ito sa isang 9x13-pulgadang baking dish.
d) Punan ang bawat tortilla ng hipon at igulong ito.
e) Ibuhos ang natitirang sauce sa mga enchiladas at maghurno ng 25-30 minuto.

39. Crab Enchiladas

MGA INGREDIENTS:
- 1 pound crabmeat, kinuha para sa mga shell
- 2 tasang ginutay-gutay na Monterey jack cheese
- 1 lata (4 na onsa) diced green chiles
- 1 garapon (16 onsa) salsa
- 10-12 corn tortillas
- Asin at paminta para lumasa

MGA TAGUBILIN:
a) Painitin muna ang oven sa 375°F.
b) Sa isang malaking mangkok, paghaluin ang crabmeat, ginutay-gutay na keso, diced green chiles, at ½ tasa ng salsa.
c) Painitin ang mga tortillas sa microwave o sa isang kawaling-dagat hanggang sa sila ay malambot at malambot.
d) Maglagay ng isang masaganang kutsara ng pinaghalong karne ng alimango sa bawat tortilla at igulong nang mahigpit.
e) Ilagay ang pinagsama-samang tortillas na pinagtahian pababa sa isang 9x13-inch na baking dish.
f) Ibuhos ang natitirang salsa sa ibabaw ng enchiladas.
g) Maghurno sa preheated oven sa loob ng 20-25 minuto, o hanggang sa matunaw at bubbly ang keso.

40.Seafood Enchilada

MGA INGREDIENTS:
- 1 libra na nilutong hipon, binalatan at hiniwa
- 1 libra nilutong karne ng alimango, ginutay-gutay
- 1 lata (4 ounces) diced green chiles
- ½ tasang tinadtad na sibuyas
- 2 cloves ng bawang, tinadtad
- 1 kutsarita ng ground cumin
- 1 kutsarita ng sili na pulbos
- 1 kutsarita ng pinatuyong oregano
- 1 lata (10 onsa) enchilada sauce
- 10-12 corn tortillas
- 1 tasang ginutay-gutay na Monterey jack cheese
- ¼ tasa tinadtad na sariwang cilantro
- Asin at paminta para lumasa
- Opsyonal na mga toppings: diced avocado, hiniwang jalapenos, sour cream, lime wedges

MGA TAGUBILIN:
a) Painitin muna ang oven sa 375°F.
b) Sa isang malaking mangkok, paghaluin ang nilutong hipon, nilutong karne ng alimango, diced green chiles, tinadtad na sibuyas, tinadtad na bawang, cumin, chili powder, at oregano. Timplahan ng asin at paminta ayon sa panlasa.
c) Painitin ang mga tortillas sa microwave o sa isang kawaling-dagat hanggang sa sila ay malambot at malambot.
d) Ikalat ang isang maliit na halaga ng enchilada sauce sa ilalim ng isang 9x13-inch baking dish.
e) Maglagay ng isang masaganang kutsara ng pinaghalong seafood sa bawat tortilla at igulong nang mahigpit.
f) Ilagay ang pinagsama-samang tortillas na pinagtahian pababa sa baking dish.
g) Ibuhos ang natitirang enchilada sauce sa ibabaw ng enchilada.
h) Budburan ang ginutay-gutay na keso sa ibabaw ng enchiladas.
i) Maghurno sa preheated oven sa loob ng 20-25 minuto, o hanggang sa matunaw at bubbly ang keso.
j) Budburan ang tinadtad na cilantro sa ibabaw ng enchiladas.
k) Ihain nang mainit na may mga opsyonal na toppings kung ninanais.

41.Mga Enchilada ng Salmon

MGA INGREDIENTS:
- 1 libra na nilutong salmon, natuklap
- 1 lata (4 ounces) diced green chiles
- ½ tasang tinadtad na pulang sibuyas
- 2 cloves ng bawang, tinadtad
- 1 kutsarita ng ground cumin
- 1 kutsarita ng sili na pulbos
- Asin at paminta para lumasa
- 10-12 corn tortillas
- 1 lata (10 onsa) enchilada sauce
- 1 tasang ginutay-gutay na Monterey jack cheese
- Sariwang cilantro, tinadtad

MGA TAGUBILIN:
a) Painitin muna ang oven sa 375°F.
b) Sa isang malaking mangkok, paghaluin ang tinadtad na salmon, diced green chiles, tinadtad na pulang sibuyas, tinadtad na bawang, cumin, chili powder, at asin at paminta ayon sa panlasa.
c) Painitin ang mga tortillas sa microwave o sa isang kawaling-dagat hanggang sa sila ay malambot at malambot.
d) Ikalat ang isang maliit na halaga ng enchilada sauce sa ilalim ng isang 9x13-inch baking dish.
e) Maglagay ng isang masaganang kutsara ng pinaghalong salmon sa bawat tortilla at igulong nang mahigpit.
f) Ilagay ang pinagsama-samang tortillas na pinagtahian pababa sa baking dish.
g) Ibuhos ang natitirang enchilada sauce sa ibabaw ng enchilada.
h) Budburan ang ginutay-gutay na keso sa ibabaw ng enchiladas.
i) Maghurno sa preheated oven sa loob ng 20-25 minuto, o hanggang sa matunaw at bubbly ang keso.
j) Palamutihan ng sariwang cilantro at ihain nang mainit.

42. Beef Enchiladas na may Homemade Sauce

MGA INGREDIENTS:
- 12 tortilla ng mais
- 2 tasang ginutay-gutay na cheddar cheese
- 1 pound ground beef
- ½ tasang tinadtad na sibuyas
- 2 cloves ng bawang, tinadtad
- 1 lata (14.5 onsa) na diced na kamatis
- 1 kutsarang sili na pulbos
- 1 kutsarita ng kumin
- 1 kutsarita ng paprika
- ½ kutsarita ng oregano
- Asin at paminta para lumasa

MGA TAGUBILIN:
a) Painitin muna ang oven sa 375°F. Sa isang malaking kawali, lutuin ang giniling na karne ng baka at sibuyas sa katamtamang apoy hanggang sa maging kayumanggi ang karne ng baka at maluto. Alisan ng tubig ang anumang labis na taba. Magdagdag ng bawang at magluto ng 1 minuto.
b) Magdagdag ng diced tomatoes, chili powder, cumin, paprika, oregano, asin, at paminta sa panlasa.
c) Dalhin sa isang kumulo at magluto para sa 10-15 minuto, pagpapakilos paminsan-minsan. Painitin ang mga tortilla sa microwave sa loob ng 30 segundo.
d) Punan ang bawat tortilla ng isang dakot ng keso at isang kutsarang pinaghalong beef.
e) I-roll up nang mahigpit at ilagay ang tahi sa gilid pababa sa isang greased baking dish.
f) Ibuhos ang homemade enchilada sauce sa ibabaw ng enchilada. Budburan ang natitirang keso.
g) Takpan ng foil at maghurno ng 20 minuto. Alisin ang foil at maghurno ng karagdagang 10-15 minuto hanggang sa matunaw at mabula ang keso.

43. Beef Enchiladas na may Green Sauce

MGA INGREDIENTS:
- 12 harina tortillas
- 2 tasang ginutay-gutay na Monterey Jack cheese
- 1 pound ground beef
- 1 lata (10 onsa) berdeng enchilada sauce
- 1 lata (4 ounces) diced berdeng sili, pinatuyo
- ½ kutsarita ng kumin
- Asin at paminta para lumasa

MGA TAGUBILIN:
a) Painitin muna ang oven sa 375°F.
b) Sa isang malaking kawali, lutuin ang giniling na karne ng baka sa katamtamang apoy hanggang sa maging kayumanggi ang karne ng baka at maluto. Alisan ng tubig ang anumang labis na taba.
c) Magdagdag ng diced green chilies, cumin, asin, at paminta sa panlasa. Painitin ang mga tortilla sa microwave sa loob ng 30 segundo.
d) Punan ang bawat tortilla ng isang dakot ng keso at isang kutsarang pinaghalong beef.
e) I-roll up nang mahigpit at ilagay ang tahi sa gilid pababa sa isang greased baking dish.
f) Ibuhos ang berdeng enchilada sauce sa ibabaw ng enchilada. Budburan ang natitirang keso. Takpan ng foil at maghurno ng 20 minuto.
g) Alisin ang foil at maghurno ng karagdagang 10-15 minuto hanggang sa matunaw at mabula ang keso.

44. Slow Cooker Beef Enchilada

MGA INGREDIENTS:
- 12 harina tortillas
- 2 tasang ginutay-gutay na cheddar cheese
- 2 pounds beef chuck roast
- 1 lata (10 onsa) enchilada sauce
- 1 lata (4 ounces) diced berdeng sili, pinatuyo
- 1 kutsarang sili na pulbos
- ½ kutsarita ng kumin
- Asin at paminta para lumasa

MGA TAGUBILIN:
a) Ilagay ang beef chuck roast sa isang slow cooker.
b) Magdagdag ng enchilada sauce, diced green chilies, chili powder, cumin, asin, at paminta sa panlasa.
c) Takpan at lutuin sa mababang init sa loob ng 8-10 oras o hanggang ang karne ng baka ay malambot at madaling malaglag. Hiwain ang karne ng baka gamit ang isang tinidor.
d) Painitin muna ang oven sa 375°F. Painitin ang mga tortilla sa microwave sa loob ng 30 segundo.
e) Punan ang bawat tortilla ng isang dakot ng keso at isang kutsara ng ginutay-gutay na karne ng baka. I-roll up nang mahigpit at ilagay ang tahi sa gilid pababa sa isang greased baking dish.
f) Ibuhos ang natitirang sauce mula sa slow cooker sa ibabaw ng enchiladas. Budburan ang natitirang keso. Takpan ng foil at maghurno ng 20 minuto.
g) Alisin ang foil at maghurno ng karagdagang 10-15 minuto hanggang sa matunaw at mabula ang keso.

GUACAMOLE

45. Garlicky Guacamole

MGA INGREDIENTS:
- 2 avocado, pitted
- 1 kamatis, may binhi at pinong tinadtad
- ½ kutsarang sariwang katas ng kalamansi
- ½ maliit na dilaw na sibuyas, pinong tinadtad
- 2 sibuyas ng bawang, pinindot
- ¼ kutsarita ng asin sa dagat
- Dash ng paminta
- Tinadtad na sariwang dahon ng cilantro

MGA TAGUBILIN:
a) Gamit ang potato masher, i-mash ang mga avocado sa isang maliit na mangkok.
b) Ihain kaagad pagkatapos ihalo ang mga karagdagang sangkap sa minasa na mga avocado.

46. Goat Cheese Guacamole

MGA INGREDIENTS:
- 2 mga avocado
- 3 onsa ng kambing keso
- sarap mula sa 2 kalamansi
- limon katas mula sa 2 kalamansi
- ¾ kutsarita bawang pulbos
- ¾ kutsarita sibuyas pulbos
- ½ kutsarita asin
- ¼ kutsarita pula paminta mga natuklap (opsyonal)
- ¼ kutsarita paminta

MGA TAGUBILIN:

a) Idagdag mga avocado sa a pagkain processor at timpla hanggang makinis.

b) Idagdag yung iba ng ang mga sangkap at timpla hanggang inkorporada.

c) maglingkod kasama chips.

47. Hummus Guacamole

MGA INGREDIENTS:
- 1 bawat isa hinog na abukado, binalatan
- 2 mga tasa Hummus bi tahini
- 1 bawat isa Scallion, tinadtad
- 1 maliit kamatis, tinadtad
- 1 kutsara Berde mga sili, tinadtad
- Olive langis
- Cilantro, tinadtad
- Pita

MGA TAGUBILIN:

a) Scoop abukado sa a daluyan mangkok. Mash at idagdag hummus, timpla lubusan. Malumanay gumalaw sa ang scallion, kamatis at mga sili.

b) Suriin pampalasa. Takpan at palamigin.

c) dati naglilingkod, ambon kasama olibo langis at palamuti kasama cilantro.

d) maglingkod kasama pita wedges.

48. Kimchi Guacamole

MGA INGREDIENTS:
- 3 hinog na avocado, minasa
- 1 tasang kimchi, tinadtad
- ¼ tasa pulang sibuyas, pinong tinadtad
- 1 kalamansi, tinadtad
- Asin at paminta para lumasa
- Tortilla chips para sa paghahatid

MGA TAGUBILIN:
a) Sa isang mangkok, i-mash ang mga avocado.
b) Magdagdag ng tinadtad na kimchi, pulang sibuyas, katas ng kalamansi, asin, at paminta. Haluing mabuti.
c) Ihain ang kimchi guacamole na may tortilla chips.

49. Spirulina Guacamole Dip

MGA INGREDIENTS:
- 2 abukado, pitted
- Juice ng 1 lemon
- Katas ng 1 kalamansi
- 1 sibuyas na bawang, halos tinadtad
- 1 katamtamang dilaw na sibuyas, halos tinadtad
- 1 jalapeno, hiniwa
- 1 tasang dahon ng cilantro
- 3 kutsarang spirulina
- 1 seeded at tinadtad na kamatis o ½ tasang grape tomatoes, hinati
- Asin at paminta para lumasa

MGA TAGUBILIN:
a) Ilagay ang lahat ng sangkap, maliban sa mga kamatis, sa isang blender at ihalo hanggang sa pinagsama.
b) Haluin ang mga kamatis at timplahan ng panlasa.

50. Coconut Lime Guacamole

MGA INGREDIENTS:
- 2 hinog na abukado
- Katas ng 1 kalamansi
- Sarap ng 1 kalamansi
- 2 kutsarang tinadtad na sariwang cilantro
- 2 kutsarang diced pulang sibuyas
- 2 kutsarang hinimay na niyog
- Asin at paminta para lumasa

MGA TAGUBILIN:
a) Sa isang mangkok, i-mash ang hinog na mga avocado gamit ang isang tinidor hanggang sa mag-atas.
b) Idagdag ang katas ng kalamansi , balat ng kalamansi, tinadtad na cilantro, diced pulang sibuyas, ginutay-gutay na niyog, asin, at paminta.
c) Haluing mabuti para pagsamahin ang lahat ng sangkap.
d) Tikman at ayusin ang pampalasa ayon sa gusto.
e) Ihain ang coconut lime guacamole na may tortilla chips o gamitin ito bilang masarap na topping para sa mga tacos, sandwich, o salad.
f) Tangkilikin ang creamy at tangy na lasa ng tropikal na twist na ito sa guacamole!

51. Nori Guacamole

MGA INGREDIENTS:
- 1 abukado, binalatan, pitted, at minasa
- 1 scallion, hiniwa ng manipis
- 1 kutsarang sariwang katas ng kalamansi
- 1 kutsarang tinadtad na cilantro
- Kosher na asin at sariwang giniling na paminta
- 2 kutsarang crumbled roasted seaweed snacks
- Mga brown-rice cake o crackers, para sa paghahatid

MGA TAGUBILIN:
a) Pagsamahin ang avocado, scallion, lime juice , at cilantro sa isang mangkok.
b) Timplahan ng asin at paminta. Budburan ng inihaw na damong-dagat at ihain kasama ng mga rice cake.

52. Passion Fruit Guacamole

MGA INGREDIENTS:
- 2 hinog na avocado, binalatan at minasa
- ¼ tasa diced pulang sibuyas
- ¼ tasa tinadtad na sariwang cilantro
- 1 jalapeño na paminta, pinagbinhian at diced
- 2 kutsarang katas ng kalamansi
- ¼ tasa ng passion fruit pulp
- Asin at paminta para lumasa

MGA TAGUBILIN:
a) Sa isang mangkok, ihalo ang minasa na avocado, pulang sibuyas, cilantro, jalapeño pepper, lime juice , at passion fruit pulp.
b) Timplahan ng asin at paminta.
c) Palamigin sa refrigerator ng hindi bababa sa 30 minuto bago ihain.
d) Ihain kasama ng tortilla chips o bilang isang topping para sa mga tacos.

53. Moringa Guacamole

MGA INGREDIENTS:
- 2-4 kutsarita ng Moringa Powder
- 3 hinog na abukado
- 1 maliit na pulang sibuyas, pinong tinadtad
- Isang dakot ng cherry tomatoes, hugasan at pinong tinadtad
- 3 Madahong mga sanga ng kulantro, hugasan at pinong tinadtad
- Extra virgin olive oil, sa pag-ambon
- Katas ng 1 kalamansi
- Mga pampalasa: asin, paminta, pinatuyong oregano, paprika, at mga buto ng coriander

MGA TAGUBILIN:
a) Hatiin, batohin, at halos i-chop ang mga avocado. Mag-iwan ng isang dakot ng halos tinadtad na mga avocado sa isang tabi.
b) Ibuhos ang natitirang sangkap sa isang malaking mangkok at gumamit ng tinidor upang i-mash ang guacamole at haluing mabuti.
c) Idagdag ang natitirang mga avocado at iwiwisik ang ilang dahon ng kulantro sa ibabaw.

54. Mojito Guacamole

MGA INGREDIENTS:
- 3 hinog na avocado, minasa
- ¼ tasa pulang sibuyas, pinong tinadtad
- ¼ tasa sariwang cilantro, tinadtad
- 1 jalapeño, inalis ang mga buto at pinong tinadtad
- 2 kutsarang sariwang katas ng kalamansi
- 1 kutsarita ng asukal
- Asin at paminta para lumasa
- Tortilla chips para sa paghahatid

MGA TAGUBILIN:
a) Sa isang mangkok, pagsamahin ang minasa na mga avocado, pulang sibuyas, cilantro, jalapeño, at katas ng kalamansi.
b) Haluin ang asukal, asin, at paminta ayon sa panlasa.
c) Ihain kasama ng tortilla chips at tamasahin ang iyong Mojito Guacamole!

55.Mimosa Guacamole

MGA INGREDIENTS:
- 2 hinog na avocado, minasa
- ¼ tasa diced pulang sibuyas
- ¼ tasa ng diced na kamatis
- ¼ tasa tinadtad na cilantro
- 1 jalapeno, seeded at pinong tinadtad
- 2 kutsarang sariwang katas ng kalamansi
- 2 kutsarang champagne
- Asin at paminta para lumasa

MGA TAGUBILIN:
a) Sa isang medium na mangkok, pagsamahin ang minasa na mga avocado, pulang sibuyas, kamatis, cilantro, at jalapeno.
b) Haluin ang sariwang lime juice at champagne.
c) Timplahan ng asin at paminta ayon sa panlasa.
d) Ihain kasama ng tortilla chips o veggie sticks para isawsaw.

56. Sunflower Guacamole

MGA INGREDIENTS:
- 2 abukado
- Katas ng ½ kalamansi
- ¼ kutsarita ng asin
- ⅔ tasa tinadtad na sunflower shoots
- ¼ tasa ng pinong tinadtad na pulang sibuyas
- ½ jalapeno, pinong tinadtad

MGA TAGUBILIN:
a) Pagsamahin ang lahat ng sangkap sa isang mangkok at i-mash sa isang chunky mixture.

57. Dragon Fruit Guacamole

MGA INGREDIENTS:
- 1 dragon fruit
- 2 hinog na abukado
- ¼ tasa diced pulang sibuyas
- ¼ tasa tinadtad na cilantro
- 1 jalapeno pepper, seeded at tinadtad
- 2 kutsarang katas ng kalamansi
- Asin at paminta para lumasa
- Tortilla chips, para sa paghahatid

MGA TAGUBILIN:
a) Hatiin ang dragon fruit sa kalahati at i-scoop ang laman.
b) Sa isang medium bowl, i-mash ang mga avocado gamit ang isang tinidor o potato masher.
c) Ilagay ang dragon fruit, pulang sibuyas, cilantro, jalapeno pepper, lime juice , asin, at paminta.
d) Haluing mabuti at hayaang umupo ang guacamole nang hindi bababa sa 10 minuto upang payagang maghalo ang mga lasa.
e) Ihain nang pinalamig na may tortilla chips.

TAMALES

58. Cinco De Mayo Margarita Tamales

MGA INGREDIENTS:
- 2 cups masa harina
- 1 tasang margarita mix (hindi alkohol)
- 1/2 tasa ng asukal
- Zest at juice ng 2 limes
- 1/4 tasa tinadtad na sariwang mint
- Mga balat ng mais para sa pagbabalot

MGA TAGUBILIN:
a) Paghaluin ang masa harina na may margarita mix at asukal upang bumuo ng kuwarta.
b) Tiklupin sa lime zest, lime juice , at tinadtad na mint.
c) Ikalat ang timpla sa balat ng mais at tiklupin sa tamales.
d) I-steam ng 1 oras.

59. Bagong Mexican Pork Tamales

MGA INGREDIENTS:
PARA SA PAGPUNO:
- 1½ pounds Loin ng baboy o iba pang malambot, manipis na hiwa, tinatanggal ang taba
- 1 medium puting sibuyas, tinadtad
- 2 tasang Tubig
- 2 kutsarang langis ng Canola
- 2 cloves Bawang, tinadtad
- 1 kutsarang harina
- ½ tasang pinatuyong giniling na sili (Chimayo kung magagamit)
- ¾ kutsarita ng Asin
- ¼ kutsarita ng Kumin
- ⅛ kutsarita ng Oregano
- 1 6 oz. pkg. pinatuyong balat ng mais

PARA SA MASA:
- 6 cups Masa Harina
- 2 tasang Langis
- 2 kutsarang Asin
- 4½ tasa ng Tubig, o higit pa kung kinakailangan

MGA TAGUBILIN:
PARA SA PAGPUNO:
a) Painitin ang oven sa 350 degrees.
b) Ilagay ang baboy at tinadtad na sibuyas sa isang medium baking dish at takpan ng tubig.
c) Maghurno ng humigit-kumulang 1-½ oras o hanggang sa madaling mapunit ang karne.
d) Alisin ang baboy sa sabaw. Palamigin ang sabaw.
e) Kapag lumamig, gutayin ang karne gamit ang dalawang tinidor o ang talim ng kuwarta ng isang food processor.
f) Salain ang sabaw pagkatapos na tumigas ang taba sa ibabaw. Kung ang sabaw ay walang sukat na 2 tasa, magdagdag ng tubig upang makagawa ng 2 tasa ng likido.
g) Sa isang malaking kawali, mag-init ng mantika, magdagdag ng tinadtad na bawang at baboy.

h) Budburan ng harina ang pinaghalong at patuloy na haluin nang halos isang minuto habang ang harina ay nagsisimulang maging kayumanggi.
i) Magdagdag ng giniling na sili, sabaw, at pampalasa. Magluto sa medium-low heat hanggang lumapot at halos matuyo, regular na pagpapakilos, mga 30 minuto.
j) Alisan sa init.

PARA SA MASA:
k) Sukatin ang Masa Harina sa isang malaking mangkok.
l) Magdagdag ng tubig habang hinahalo.
m) Magdagdag ng mantika at asin at haluing mabuti. Gumamit ng kutsara, malakas na panghalo, o ang iyong mga kamay.
n) Kapag mahusay na pinaghalo, dapat itong magkaroon ng pagkakapare-pareho ng mamasa-masa cookie dough. Kung nagsisimula itong matuyo, magdagdag ng mas maraming tubig. Takpan ng basang tela kung kinakailangan.

ASSEMBLY:
o) Maghanda ng mga balat ng mais sa pamamagitan ng paglubog sa isang mangkok o baking pan ng mainit na tubig sa loob ng 30 minuto.
p) Paghiwalayin ang mga balat at banlawan ang mga ito sa ilalim ng maligamgam na tubig na umaagos upang mahugasan ang anumang butil o kayumangging sutla. Ibabad ang mga ito sa maligamgam na tubig hanggang handa nang gamitin.
q) Ikalat ang masa sa makinis na bahagi ng balat gamit ang likod ng isang kutsara sa humigit-kumulang ½" mula sa mga gilid na gilid, 1" mula sa itaas na gilid, at 2" mula sa ilalim na gilid.
r) Kutsara ang tungkol sa 2 kutsara ng pagpuno sa gitna.
s) Igulong ang balat upang masakop ng masa ang pagpuno at dapat na kumalas mula sa balat. Pagkatapos ay i-roll up ang husk at tiklupin ang ilalim na dulo sa ilalim.
t) Ulitin hanggang magamit ang lahat ng masa at pagpuno.
u) Itayo ang tamales nang maluwag na nakaimpake sa isang steamer/blancher/spaghetti cooker, o ihiga nang patag sa isang crisscross pattern upang epektibong makapasok ang singaw.

v) Takpan ang kaldero at singaw nang humigit-kumulang 1 oras hanggang 1-¼ oras o hanggang sa matigas ang masa at madaling maalis sa balat.
w) Ihain ang tamales nang mainit. Hayaang alisin ng bawat tao ang kanilang sariling mga balat. Maaari silang lagyan ng green chile sauce, chili con carne, o keso at sibuyas kung gusto. Masiyahan sa iyong Bagong Mexican Pork Tamales!

60. Red-Chile Pork Tamales

MGA INGREDIENTS:
BATTER:
- 2/3 tasa sariwang baboy mantika, pinalamig
- 1 kutsarita ng baking powder
- 1 kutsarita ng asin
- 2 tasa ng magaspang na giniling na sariwang masa o 1 3/4 tasa ng masa harina na hinaluan ng 1 tasa at 2 kutsarang mainit na tubig (pinalamig sa temperatura ng silid)
- 2/3 tasa ng stock ng manok, baka, o gulay
- Wrapper:
- 4 ounces pinatuyong balat ng mais

PAGPUNO:
- 6 malalaking pinatuyong New Mexico chiles
- 2 sibuyas ng bawang, pinong tinadtad
- 1/4 kutsarita sariwang giniling na itim na paminta
- 1/8 kutsarita ng ground cumin
- 12 ounces lean boneless pork shoulder, gupitin sa 1/2" cube
- 1 kutsarita ng asin

MGA TAGUBILIN:
GAWIN ANG BATTER:
a) Sa mangkok ng electric mixer na nilagyan ng paddle attachment, pagsamahin ang mantika, baking powder, at asin. Talunin hanggang malambot at malambot.
b) Magdagdag ng 1 tasa ng masa at 1/3 tasa ng stock; talunin hanggang sa lubusang pinagsama.
c) Idagdag ang natitirang masa at 1/3 cup stock; talunin hanggang sa magaan at malambot, mga 2 minuto.
d) Palamigin ang batter nang hindi bababa sa 1 oras.

GUMAGAWA NG MGA WRAPPERS:
e) Buuin muli ang balat ng mais sa pamamagitan ng paglalagay ng mga ito sa isang malalim na kasirola at takpan ng tubig.
f) Ilagay ang kasirola sa mataas na apoy at pakuluan. Ilipat ang mga husks at tubig sa isang mangkok na hindi tinatablan ng init. Maglagay ng maliit na plato sa ibabaw ng mga husks, panatilihing nakalubog ang mga ito. Ibabad ng 1 oras. Alisin sa tubig.

GAWIN ANG PAGPUNO:
g) Alisin ang mga tangkay mula sa sili, buto, at punitin sa 4 na piraso.
h) Sa isang blender, pagsamahin ang mga sili, bawang, paminta, at kumin. Magdagdag ng 1 1/2 tasa ng tubig at timpla hanggang sa mabuo ang isang makinis na katas. Salain ang timpla sa isang medium na kasirola.
i) Idagdag ang baboy, 1 3/4 tasa ng tubig, at asin. Magluto sa katamtamang init hanggang ang likido ay bumaba sa pagkakapare-pareho ng isang makapal na sarsa, at ang karne ay napakalambot (50 hanggang 60 minuto). Hatiin ang karne gamit ang isang tinidor.

IPUNIN ANG TAMALES:
j) Ibalik ang tamale batter sa mixer. Haluin ng ilang segundo para gumaan ang masa.
k) Magdagdag ng 3 kutsara ng sarsa at ihalo upang pagsamahin. Ayusin ang pagkakapare-pareho sa ilang kutsara ng stock ng manok.

Ihanda ang CORN HUSKS:
l) I-unroll ang isang malaking reconstituted corn husk at punitin nang pahaba sa kahabaan ng butil upang makagawa ng 1/4-inch-wide strips (dalawa bawat tamale).
m) Maglagay ng isa pang mahabang piraso sa ibabaw ng trabaho, matulis ang dulo mula sa iyo.
n) I-scoop ang 1/4 cup batter sa gitna ng isang dulo ng husk. Ikalat sa isang 4 na pulgadang parisukat, na nag-iiwan ng mga hangganan sa mga gilid.
o) Kutsara ang 2 kutsara ng pagpuno sa gitna.
p) Pagsama-samahin ang mahahabang panig upang bumuo ng isang silindro, siguraduhin na ang batter ay nakakabit sa pagpuno.
q) I-fold ang matulis na dulo sa ilalim at itali nang maluwag gamit ang husk strip. Tiklupin ang patag na dulo sa ilalim at itali.

I-steam ang Tamales:
r) Maglagay ng steamer sa mataas na init. Kapag umusbong ang singaw, bawasan ang init sa medium.
s) I-steam sa loob ng 1 oras at 15 minuto, magdagdag ng mas maraming tubig kung kinakailangan.
t) Alisin ang isang tamale. Kung ang kuwarta ay malaya mula sa balot at malambot ang pakiramdam, handa na ito. Kung dumikit ito, balutin muli at pasingawan ng karagdagang 15 hanggang 20 minuto.
u) Alisin sa init at hayaang tumayo ng 15 minuto para matigas ang batter.
v) Ihain kasama ng Roasted Tomatillo-Chipotle Salsa.
w) Masiyahan sa iyong Red-Chile Pork Tamales!

61. Tinadtad na Karne Tamales

MGA INGREDIENTS:
- 32 Mga Kaho ng Mais

MASA:
- 1 tasang mantika
- 1 kutsarita Chili Powder

PAGPUNO:
- 1 medium na sibuyas, tinadtad
- 1 Garlic Clove, durog
- 1/2 kutsarita Cumin, giling
- 1/2 kutsarita Chili Powder
- 1/2 kutsarang Asin
- 1/2 kutsarang Mantika
- 1 kutsarita Chili Powder
- 1 kutsarita ng Asin
- 8 tasa Masa
- 3 tasang Mainit na Tubig
- 1/4 kutsarita ng Black Pepper
- 3 kutsarang pasas, pinong tinadtad
- 2 kutsarang Langis
- 1 libra karne, ginutay-gutay
- 1/4 tasa ng Tubig

TUBIG SA PAGLUTO:
- 1 pint na Tubig

MGA TAGUBILIN:
SOAKING SHUCKS:
a) Ibabad ang corn shucks sa maligamgam na tubig sa loob ng 2 oras o magdamag bago gamitin.

PAGPUNO:
b) Iprito ang sibuyas, bawang, cumin, chili powder, asin, paminta, at mga pasas (kung gusto) sa mainit na mantika.
c) Magdagdag ng ginutay-gutay na karne at tubig; kumulo hanggang sa masipsip ang likido.

MASA:
- d) Gawing masa ang mantika, sili, at asin; masahin gamit ang mga kamay hanggang makinis. (Bilang kahalili, gumamit ng breadmaker sa "manual" na setting.)
- e) Pagtitipon ng Tamales:
- f) Gamit ang likod ng isang kutsara, ikalat ang isang manipis at pantay na layer ng masa sa loob ng corn shuck, na sumasakop sa kalahati ng haba ng shuck.
- g) Ikalat nang manipis ang 1 kutsara ng filling mixture sa bahaging natatakpan ng masa ng shuck.
- h) Lap one side of the shuck over the other, folding under the part of the shuck na walang masa.
- i) Stacking at Steaming:
- j) I-stack ang tamales pyramid-fashion sa isang mababaw na steaming rack sa ilalim ng isang malaking kusinilya.
- k) Magdagdag ng mantika at chili powder sa tubig at ibuhos ang tamales.
- l) Takpan ng karagdagang shucks at singaw sa loob ng 4-5 na oras.
- m) Hint: Kapag tapos na ang masa, aalisin ito sa mga shucks kapag nabuksan.

62. Tinadtad na Pork Tamales

MGA INGREDIENTS:
- 18 Pinatuyong Bubong ng Mais
- 1 maliit na sibuyas, tinadtad (1/4 tasa)
- 2 kutsarang Langis ng Gulay
- 1/4 tasa Basic Red Sauce
- Pinutol na Baboy
- 2 kutsarang pasas
- 2 kutsarang Capers
- 2 kutsarang Pinutol na Sariwang Cilantro
- 18 Pitted Olives

GUBAT NA BABOY:
- 1 pound na Baboy na Baboy na Walang Buto
- 1 kamatis, tinadtad
- 1 maliit na sibuyas, gupitin sa 1/4ths
- 1 karot, gupitin sa 1" piraso
- 1 tangkay ng kintsay, gupitin sa 1" piraso
- 1 kutsarang Chili Powder
- 1 kutsarita ng Asin
- 1/4 kutsarita Cumin Seed
- 1/4 kutsarita ng Dried Oregano
- 1/4 kutsarita ng Paminta
- 1 siwang Bawang
- 1 Bay Leaf
- 1 tasang Shortening o Mantika
- 2 cups Masa Harina
- 3 kutsarita ng Baking Powder
- 2 tasang Pork Broth (nakareserba sa pagluluto ng baboy)

MGA TAGUBILIN:
GUBAT NA BABOY:
a) Ilagay ang lahat ng sangkap para sa baboy sa isang 3-qt na kasirola.
b) Magdagdag ng sapat na tubig upang masakop.
c) Init hanggang kumukulo; bawasan ang init.
d) Takpan at kumulo hanggang lumambot ang baboy, mga 1 1/2 oras.
e) Patuyuin, magreserba ng sabaw para sa tamale dough.

TAMALE DOUGH:

f) Talunin ang lahat ng sangkap ng kuwarta sa isang malaking mangkok ng panghalo sa mababang bilis, patuloy na i-scrape ang mangkok hanggang sa ang timpla ay bumuo ng isang makinis na i-paste.
g) Talunin sa katamtamang bilis hanggang sa magaan at malambot, mga 10 minuto.

PAGHAHANDA NG TAMALES:
h) Takpan ang balat ng mais na may maligamgam na tubig at hayaang tumayo hanggang sa malambot, hindi bababa sa 2 oras.
i) Magluto at pukawin ang sibuyas sa mantika sa isang 3 qt na kasirola hanggang malambot.
j) Haluin ang Red Sauce, ginutay-gutay na baboy, at mga natitirang sangkap maliban sa kuwarta at olibo.
k) Init hanggang kumukulo; bawasan ang init.
l) Takpan at palamig ng 15 minuto.
m) Alisan ng tubig ang mga balat ng mais ; patuyuin gamit ang mga tuwalya ng papel.
n) Ikalat ang 1/4 tasa ng masa sa gitna ng bawat husk mula sa isang gilid hanggang sa loob ng 1/2 pulgada ng kabilang gilid.
o) Magsandok ng 2 kutsarang pinaghalong baboy sa gitna ng kuwarta at itaas ng isang olive.
p) Roll husks tungkol sa pagpuno, simula sa gilid ng kuwarta.
q) Itupi ang magkabilang dulo pataas patungo sa gitna at i-secure gamit ang isang string kung kinakailangan.
r) Ilagay ang tamales sa isang rack sa Dutch oven o steamer.
s) Ibuhos ang kumukulong tubig sa Dutch oven hanggang sa antas ng rack.
t) Takpan ang Dutch oven at panatilihing kumulo ang tubig sa mahinang apoy sa loob ng 1 oras.

63. Time-Warp Tamales

MGA INGREDIENTS:
- Isang 6-ounce na bag na balat ng mais

MA IZE DOUGH
- 2 tasang ma ize dough
- 1 kutsarita ng asin sa dagat
- ½ tasang mantikilya ang natunaw

PAGPUPUNO
- 6 buong berdeng sili
- 1 pound na walang buto, walang balat na dibdib ng manok o 1 pound na diced squash
- 1 kutsarita ng kumin
- 1 kutsarita ng paprika
- asin
- Paminta
- 1 kutsarang langis ng gulay
- ¼ tasa ng pinong tinadtad na dilaw na sibuyas
- 1 kutsarita mantikilya
- 1 kutsarang stock ng manok o
- ½ tasang ginutay-gutay na Cheddar cheese
- 1 kutsarang tinadtad na cilantro
- 1 kutsarang tinadtad na berdeng sibuyas
- Salsa at kulay-gatas, para sa paghahatid

MGA TAGUBILIN:
a) I-rehydrate ang iyong balat ng mais sa pamamagitan ng pagbabad sa mga ito sa tubig magdamag. Banlawan ang mga husks bago mo gamitin ang mga ito.
b) Upang gawin ang kuwarta , paghaluin ang ma ize dough sa asin sa isang malaking mixing bowl.
c) Dahan-dahang idagdag ang tinunaw na mantikilya, ihalo ito sa kuwarta habang lumalakad ka.
d) Susunod, inihaw ang mga sili sa isang grill o iprito sa oven hanggang sa masunog ang balat. Palamigin, at alisin ang nasunog na balat at lahat ng mga buto bago gupitin ang mga sili.
e) Timplahan ang dibdib ng manok ng kumin, paprika, at asin at paminta ayon sa panlasa. Sa isang kawali, painitin ang mantika sa mataas na apoy at igisa ang manok sa loob ng 3½ minuto sa bawat panig, hanggang sa ginintuang kayumanggi.
f) Idagdag ang dilaw na sibuyas at mantikilya at lutuin ng 1 minuto, pagkatapos ay idagdag ang stock ng manok at alisin sa apoy.
g) Kapag lumamig na ang manok, gupitin ito sa maliliit na piraso.
h) Paghaluin ang hiniwang manok sa sili at keso. Timplahan ng mas maraming asin at paminta, kung ninanais, pagkatapos ay idagdag ang cilantro at berdeng mga sibuyas, at ihalo upang pagsamahin. Tapos na ang iyong pagpuno!
i) Upang mag-ipon ng tamale, gumawa ng isang plum-size na bola ng kuwarta sa gitna ng iyong palad.
j) Ilagay ito sa gitna ng balat ng mais at gamitin ang likod ng kutsara upang pantay-pantay itong ikalat sa manipis na layer. Maglagay ng isang nagtatambak na kutsarang puno ng pagpuno sa ibabaw ng kuwarta , at maghanda upang i-twist ang isa!
k) Kumuha ng isa pang balat ng mais at punitin ito sa mga piraso. Gagamitin mo ang mga pirasong ito upang itali ang mga dulo ng tamale.
l) Pagulungin ang balat ng mais na may palaman at kurutin ang mga dulo nang magkasama, pilitin ang pagpuno patungo sa gitna ng tamale, pagkatapos ay tiklupin ang labis na balat at i-secure gamit ang mga piraso ng husk o simpleng string, upang manatiling nakatiklop ang balat habang umuusok ito.

m) Sa puntong ito, maaari mong i-freeze ang ilang tamales at i-save ang mga ito para sa isa pang araw, o maaari mong singaw ang lahat ng ito ngayon.
n) Ang Tamales ay tradisyonal na pinasingaw sa isang espesyal na basket, ngunit maaari ka ring gumamit ng isang bapor ng gulay. I-pack ang iyong mga tamales sa bapor, at ilagay ang bapor sa tubig na kumukulo sa isang malaking palayok.
o) Ibaba ito sa kumulo, at takpan ang palayok.
p) Magluto ng 1 hanggang 1½ oras, suriin ang antas ng tubig paminsan-minsan at magdagdag ng mas maraming tubig kung kinakailangan.
q) Kumuha ng isang tamale at suriin ang katigasan ng kuwarta. Dapat itong espongy at medyo mamantika ngunit matibay.
r) Ihain ang iyong tamales nang mainit, na may salsa at kulay-gatas sa gilid kung ninanais.

64. Tamales With Chicken At Salsa Verde

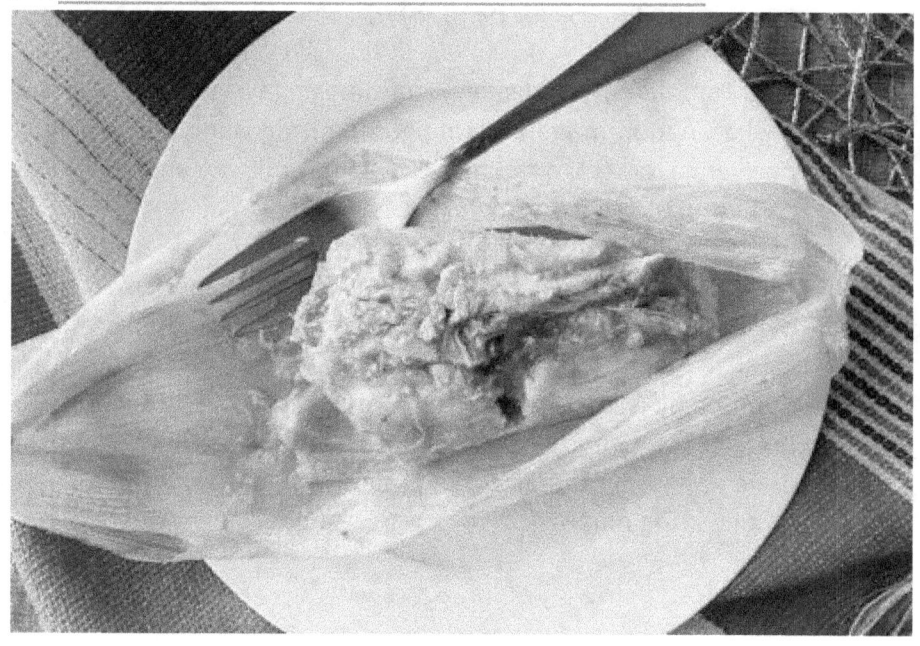

MGA INGREDIENTS:
PARA SA THE TAMALES:
- ½ (8-onsa) pakete ng pinatuyong balat ng mais
- 4 onsa (1/2 tasa) mantika
- 1 libra (2 tasa) sariwang masa
- ⅔ tasa ng sabaw ng manok
- 1 kutsarita ng baking powder
- ½ kutsarita ng asin

PARA SA SALSA VERDE:
- 1 libra kamatis
- 3 serrano chile
- asin
- 1 kutsarang mantika
- 6 sprigs sariwang kulantro, halos tinadtad
- 1 maliit na sibuyas, tinadtad
- 1 malaking sibuyas na bawang, tinadtad
- 3 kamatis, tinadtad
- ¼ tasa cilantro, tinadtad
- 1⅓ tasang hinimay na manok

MGA TAGUBILIN:
MAGHANDA NG CORN HUSKS:
a) Pakuluan ang mga husks sa tubig upang takpan ng 10 minuto, timbangin ang mga ito gamit ang isang plato upang panatilihing nakalubog ang mga ito. Hayaang tumayo ang mga ito hanggang ang mga husks ay malambot.

GAWIN ANG KUWARTA:
b) Talunin ang mantika sa isang panghalo hanggang sa napakagaan, nang halos isang minuto.
c) Magdagdag ng ½ libra (1 tasa) sariwang masa sa mantika. Talunin hanggang sa maihalo.
d) Ipagpatuloy ang paghampas, pagdaragdag ng salit-salit sa natitirang ½ pound masa at ang sabaw ng manok, pagdaragdag lamang ng sapat na sabaw upang bigyan ang pare-pareho ng medium-thick na batter ng cake.
e) Budburan ang baking powder at asin. Talunin ng 1 minuto pa.

GAWIN ANG SALSA VERDE:
f) Hugasan at hugasan ang mga kamatis. Pakuluan ang tomatillos at 3 serrano chiles na may kaunting asin sa isang palayok ng tubig hanggang malambot, mga 10 hanggang 15 minuto.
g) Alisan ng tubig ang mga ito at ilagay sa mangkok ng food processor. Idagdag ang kulantro, sibuyas, at bawang. Iproseso hanggang makinis.
h) Init ang 1 kutsarang mantika sa isang medium-large na kawali sa medium-high heat. Kapag ang mantika ay sapat na mainit upang gumawa ng isang patak ng tomatillo puree sizzle, ibuhos ang lahat ng ito nang sabay-sabay.
i) Haluin ang sarsa nang palagian sa loob ng 45 minuto hanggang sa ito ay maging mas madidilim at mas makapal, sapat na makapal upang malagyan ng kutsara. Idagdag ang tinadtad na tomatillos at cilantro. Timplahan ng asin.

PAGHALUIN AT BUUIN ANG TAMALES:
j) Paghaluin ang ginutay-gutay na manok na may ½ tasang nilutong tomatillo sauce.
k) Alisin ang mga husks mula sa tubig kapag lumambot na. Natuyo si Pat. Gupitin ang mga karagdagang husks sa ¼ pulgada ang lapad, 7-pulgada ang haba na mga piraso, isa para sa bawat tamale.
l) Kumuha ng isa na hindi bababa sa 6 na pulgada ang lapad sa mas malawak na dulo at 6-7 pulgada ang haba. Ilagay ang cornhusk na ito na may patulis na dulo patungo sa iyo.
m) Ikalat ang isang pares ng mga kutsara ng pinaghalong kuwarta sa isang parisukat, na nag-iiwan ng hindi bababa sa 1 1/2-pulgada na hangganan sa gilid patungo sa iyo at isang ¾-pulgada na hangganan sa magkabilang panig.
n) Kunin ang dalawang mahabang gilid ng cornhusk at pagsamahin ang mga ito, na magkakapatong sa isa't isa. Tiklupin nang mahigpit ang ilalim na seksyon ng balat hanggang sa linya ng pagpuno. Iwanang bukas ang tuktok. I-secure ito sa lugar sa pamamagitan ng maluwag na pagtali ng isang strip ng husk sa paligid ng tamale. Ulitin sa natitirang husks at dough mixture.
o) Itayo ang mga tamales sa nakatiklop na ibaba sa isang inihandang bapor, siguraduhing hindi ito nakaimpake nang mahigpit, dahil

kailangan nilang palawakin. Takpan ng isang layer ng mga natitirang husks. Takpan gamit ang takip at singaw sa loob ng 1 oras.

p) Suriing mabuti na ang lahat ng tubig ay hindi kumukulo, magdagdag ng kumukulong tubig kung kinakailangan.

q) Ihain na may karagdagang salsa sa gilid.

65. Chicken Tamales na May Bell Pepper at Basil Sauce

MGA INGREDIENTS:
ROASTED RED BELL PEPPER & BASIL SAUCE:
- 4 Mga pulang kampanilya na sili, inihaw, binalatan, pinagbinhan, at hiniwa
- 2 cloves ng bawang, tinadtad
- 1 kutsarang tinadtad na sariwang basil
- 1 Chipotle chile , may tangkay
- 2 kutsarang Durkee's cayenne sauce
- 1/2 kutsarita Ground cumin
- Asin sa panlasa

TAMALE DOUGH:
- 1 1/2 cups Masa harina
- 1/2 kutsarita ng Asukal
- 1/2 kutsarita Asin
- 1 kutsarita ng tinunaw na mantikilya
- 1 sibuyas na bawang, tinadtad
- 3/4 tasa ng Tubig
- 1 kutsarita Langis ng gulay

PAGPUNO:
- 1/2 pound na walang butong pinausukang manok, diced
- 2 cloves ng bawang, tinadtad
- 4 Bagong Mexican chile , inihaw, binalatan, may tangkay, may binhi, at tinadtad nang magaspang
- 1/4 tasa Grated Monterey Jack cheese
- 1/4 tasa Grated Cheddar cheese
- 1 kutsarita Ground cumin
- 1/2 kutsarita Ground coriander
- 1/2 kutsarita ng Chile powder
- Asin at paminta para lumasa
- 8 Malaking balat ng mais

MGA TAGUBILIN:
ROASTED RED BELL PEPPER & BASIL SAUCE:
a) Sa isang blender o food processor, pagsamahin ang mga inihaw na pulang kampanilya, bawang, basil, chipotle chile , cayenne sauce, ground cumin, at asin.

b) Haluin hanggang makinis. Itabi o palamigin hanggang handa nang ihain.

TAMALE DOUGH:

c) Sa isang mixing bowl, pagsamahin ang masa harina , asukal, asin, tinunaw na mantikilya, tinadtad na bawang, at tubig.
d) Haluin hanggang mabuo ang malambot na masa. Takpan ng plastic wrap at itabi.

PAGPUNO:

e) Init ang langis ng gulay sa isang malaking kawali sa mataas na apoy.
f) Magdagdag ng diced smoked chicken at lutuin hanggang halos maluto (mga 4 na minuto).
g) Magdagdag ng tinadtad na bawang at inihaw na New Mexican chiles . Ihagis upang pagsamahin.
h) Alisin sa init at hayaang lumamig. Magdagdag ng gadgad na Monterey Jack at Cheddar cheese, ground cumin, ground coriander, chile powder, asin, at paminta. Haluing mabuti.

ASSEMBLY:

i) Ibabad ang balat ng mais sa maligamgam na tubig sa loob ng 10 minuto hanggang sa malambot.
j) Hatiin ang 2 husks sa 12 piraso at itabi.
k) Maglagay ng 6 na husks sa ibabaw ng trabaho at ipamahagi ang tamale dough nang pantay-pantay sa pagitan ng mga ito.
l) Buuin ang kuwarta sa isang rektanggulo, na nag-iiwan ng 1/2-pulgada na hangganan sa mga gilid.
m) Sandok ang pagpuno ng manok sa gitna ng kuwarta.
n) I-roll ang balat nang pahaba sa ibabaw ng pagpuno upang bumuo ng hugis ng tubo, na nakapaloob sa pagpuno sa kuwarta.
o) Ganap na balutin ang kuwarta sa husk at itali ang magkabilang dulo ng mga punit na piraso.
p) Ilagay ang tamales sa isang bapor, takpan nang mahigpit, at pasingawan ng 15 hanggang 20 minuto.
q) Ihain kaagad kasama ang Roasted Red Bell Pepper at Basil Sauce sa gilid.

66. Chilean Seasoned Pureed Corn Tamales

MGA INGREDIENTS:
- 3½ tasa Mga butil ng mais (sariwa o de-latang)
- ½ tasang Gatas
- 1 kutsarita ng Asin
- Bagong giniling na itim na paminta
- 1 kutsarita Aji chile powder, o kapalit ng New Mexican
- 2 kutsarang Margarin
- 1 sibuyas, tinadtad
- ½ tasa Summer squash, pinong tinadtad
- 1 kutsarang Red bell pepper, tinadtad
- 1 kutsarang sariwang cilantro, tinadtad
- ¼ tasa Parmesan cheese, gadgad
- Dahon ng saging (6 by 6 inches) o balat ng mais

MGA TAGUBILIN:
a) I-pure ang mga butil ng mais na may gatas sa isang food processor. Idagdag ang asin, paminta, at chile powder, at haluing mabuti.
b) Sa isang malaking kawali, init ang margarine, at igisa ang sibuyas, kalabasa, pulang kampanilya, at cilantro sa loob ng 10 minuto.
c) Idagdag ang purong mais at lutuin, patuloy na pagpapakilos hanggang sa lumapot, mga 5 minuto.
d) Idagdag ang gadgad na keso, ihalo nang mabuti, at alisin sa init.
e) Paputiin ang dahon ng saging o balat ng mais sa kumukulong tubig at alisan ng tubig.
f) Isa-isang alisin ang bawat balat at ikalat ang humigit-kumulang 4 na kutsara ng pinaghalong mais sa gitna ng bawat balat.
g) I-fold ang balat sa paligid ng pinaghalong mais upang maging parisukat na pakete, at itali nang maayos gamit ang tali sa kusina. Siguraduhin na ang lahat ng mga gilid ay selyado upang walang batter na makatakas mula sa balat.
h) napuno na ang lahat ng balat, ilagay ang mga ito sa isang malaking palayok ng inasnan na tubig upang takpan at kumulo sa mahinang apoy, natatakpan, sa loob ng halos 1 oras.
i) Ihain ang tamales sa kanilang husks habang mainit-init. Maaari din silang i-steam.

67. Succotash Tamales

MGA INGREDIENTS:
- 200 gramo Instant couscous, pinatuyo at pre-luto
- 100 gramo Tinned butter beans, pinatuyo
- 100 gramo ng de-lata na butil ng mais
- 100 gramo ng sariwang may balat na mga gisantes
- 1 maliit na Sweet red pepper
- 4 na sibuyas na sibuyas
- 1 malaking Knob ng mantikilya
- 4 Tamales (pinatuyong balat ng mais)
- Isang dakot na dahon ng kulantro
- Asin at paminta para lumasa

MGA TAGUBILIN:

a) Pinong tumaga ang mga spring onion at pulang paminta.
b) Dahan-dahang iprito ang tinadtad na spring onions at pulang paminta sa kaunting mantikilya. Timplahan ng asin at paminta.
c) Magdagdag ng butter beans, butil ng mais, at mga gisantes. Dahan-dahang igisa sa loob ng 2 minuto.
d) Idagdag ang nilutong couscous at dahan-dahang initin.
e) Panghuli, haluin ang mga dahon ng kulantro.
f) Punan ang bawat nakatali na tamale nang pantay na may halo ng succotash.
g) Ihain kasama ng maanghang na manok, mga steak, o piniritong itlog ng Cajun.
h) Masiyahan sa iyong Succotash Tamales!

68. Sweet Bean Tamales

MGA INGREDIENTS:
MASA DOUGH:
- 2/3 tasa Mantika
- 2 kutsarang Asukal
- 1½ kutsarita ng Asin
- 1½ pounds Sariwang masa para sa tamales
- 1 tasang Tubig

MATAMIS NA BEAN FILLING:
- 1 quart Pinto beans, niluto at pinatuyo
- 1/4 tasa mantika
- 1 tasang dinurog na panocha (Mexican brown sugar) o dark sugar
- 1 kutsarita Ground cinnamon
- 1 kutsarita ng giniling na mga clove
- 2 tasang pasas, ibabad sa mainit na tubig sa loob ng 1/2 oras

HUSK ng mais:
- Mga balat ng mais, ibinabad sa mainit na tubig sa loob ng 10 minuto hanggang sa flexible, pagkatapos ay banlawan at alisan ng tubig

MGA TAGUBILIN:
MASA DOUGH:
a) Talunin ang mantika, asukal, at asin sa isang electric mixer hanggang sa malambot.
b) Dahan-dahang magdagdag ng masa, alternating sa tubig.
c) Talunin hanggang mahimulmol. Subukan sa pamamagitan ng paglalagay ng maliit na sample ng pinaghalong sa isang basong tubig. Kung lumutang ang sample, handa na ang masa.

MATAMIS NA BEAN FILLING:
d) Mash drained beans.
e) Init ang mantika sa isang kawali.
f) Magdagdag ng beans, panocha, cinnamon, cloves, at pinatuyo na mga pasas.
g) Kumulo sa loob ng 15 minuto, madalas na pagpapakilos upang maiwasang masunog ang mga butil.
h) Palamigin bago gamitin.

PAGTITIPON NG TAMALES:

i) Para sa maliliit na tamales, maglagay ng 1 kutsarang masa sa malawak na dulo ng isang balat at ikalat ito sa bawat panig.
j) Maglagay ng 1 heaping tablespoon ng bean mixture sa gitna.
k) I-fold ang mga gilid ng husks upang takpan ang pagpuno, na may mga gilid na magkakapatong.
l) Tiklupin ang matulis na dulo patungo sa tamale, at kurutin ang mga bukas na dulo.

STEAMING TAMALES:
m) Maglagay ng isang cup-size na balumbon ng foil sa isang malaking kettle at magdagdag ng 2 tasa ng tubig.
n) Ayusin ang tamales sa isang pyramid, buksan ang dulo, na ang nakatiklop na dulo ay nakadikit sa foil upang pigilan ito.
o) I-steam, takpan, sa loob ng 40 minuto.

69. Sweet Black Rice Tamales With Ha Gow

MGA INGREDIENTS:
PARA SA RICE MASA:
- 3 tasang Thai sweet black rice
- 2 kutsarita ng baking powder
- 8 ounces unsalted butter

PARA SA HA GOW FILLING:
- 27 ounces Ha gow pagpuno

PARA SA ASSEMBLY:
- 18 Mga balat ng mais, binasa
- Pinatuyong Chinese black mushroom, ibinabad at tinadtad
- ½ libra Pinong diced na hipon
- ½ kutsarita ng Asin
- 1½ kutsarita ng Asukal
- 1 puting itlog, pinalo
- 1½ kutsarita Bagong gadgad na luya
- 1 kutsarang Dry white wine
- 2 kutsarang Cornstarch
- 2 kutsaritang Oyster sauce
- 1 kutsarita ng toyo
- 1½ kutsarita Sesame oil
- 1½ kutsarita langis ng mani
- ¼ tasa Pinong tinadtad na jicama
- ¼ tasa Pinong diced carrots
- 1 malaking bungkos na tinadtad na scallion
- 1 kurot Puting paminta
- ¾ tasa Fermented black beans
- ¼ tasa tinadtad na bawang

PARA SA SZECHUAN BLACK BEAN SAUCE:
- 6 Black mussels, sa kanilang mga shell
- 2 kutsarang mantika ng mani
- 2 kutsarang unsalted butter, kasama ang 2 onsa para matapos ang ulam
- 1 tasa ng plum na alak
- 1 tasang Mirin
- 3 tasang stock ng manok
- 2 kutsarang Red miso

- 1 kutsarang Hoisin sauce
- 2 kutsarang Bawang
- 2 kutsarang Luya
- 1 kutsarang Scallions
- ½ kutsarita ng dinurog na pulang sili

PARA SA CHINOIS MIX:
- 1 tasang Black beans
- ¼ tasang bawang
- ¼ tasa tinadtad na chinois

MGA TAGUBILIN:
PARA SA RICE MASA:
a) Gilingin ang bigas sa isang gilingan ng kape nang pinong hangga't maaari.
b) Ibabad sa maligamgam na tubig sa loob ng 1 oras. Patuyuin sa pamamagitan ng cheesecloth at ilipat sa isang food processor na may paddle attachment.
c) Magdagdag ng baking powder at mantikilya, paghaluin hanggang sa maisama ang mga sangkap at ang texture ay kahawig ng masa.

PARA SA HA GOW FILLING:
d) Ibabad ang mga mushroom sa mainit na tubig sa loob ng 30 minuto. Alisin ang mga tangkay at mince cap.
e) Ilagay ang hipon sa isang food processor na may asin, asukal, puti ng itlog, luya, alak, cornstarch, oyster sauce, toyo, sesame oil, at peanut oil. Paghaluin nang lubusan pagkatapos ng bawat karagdagan.
f) Magdagdag ng mushroom, jicama, carrot, tinadtad na scallion, at puting paminta. Haluing mabuti.

PARA SA ASSEMBLY:
g) Para sa bawat tamale, maglagay ng dalawang moistened corn husks sa ibabaw ng trabaho, na lumilikha ng isang parihaba.
h) Maglagay ng 2 ounces ng rice masa, pagkatapos ay 3 ounces ng ha gow filling, at panghuli, 2 onsa pa ng rice masa sa ibabaw.
i) I-wrap at ilagay sa steamer. I-steam ng humigit-kumulang 50-60 minuto hanggang maluto ang kanin.

PARA SA SZECHUAN BLACK BEAN SAUCE:

j) Iproseso nang halos ang black beans, bawang, at chinois.
k) Igisa gamit ang mussels sa kanilang mga shell sa isang maliit na piraso ng peanut oil at mantikilya.
l) Magdagdag ng plum wine, mirin, at bawasan. Pagkatapos ay magdagdag ng stock ng manok, miso, at hoisin at bawasan.
m) Alisin ang mussels at katas ang pinaghalong.
n) Upang tapusin ang sarsa, i-mount ang 2 ounces ng mantikilya.
o) Para sa Chinois Mix:
p) Paghaluin ang lahat ng sangkap.

70. Green Corn Tamale Casserole

MGA INGREDIENTS:
- 1 (4 oz.) lata ng buong berdeng sili
- 3 tasang sariwang mais o frozen na mais
- ⅓ tasa ng dilaw na cornmeal
- 2 kutsarang tinunaw na mantikilya
- 2 kutsarita ng asukal
- 1 kutsarita ng asin
- 1 tasang gadgad na keso

MGA TAGUBILIN:
a) Painitin ang oven sa 350 degrees. Mantikilya ang isang baking dish.
b) Gupitin ang mga berdeng sili sa malalapad na piraso.
c) Sa isang blender, pagsamahin ang sariwa o frozen na mais, dilaw na cornmeal, tinunaw na mantikilya, asukal, at asin hanggang sa mahusay na timpla.
d) Ilagay ang kalahati ng pinaghalong cornmeal sa ilalim ng buttered baking dish, na sinusundan ng mga piraso ng berdeng sili at gadgad na keso. Ulitin ang mga layer, tinatapos ang natitirang pinaghalong cornmeal sa itaas. Budburan ng karagdagang keso sa pinakatuktok.
e) Takpan ang ulam na may foil at maghurno ng 1 oras sa 350 degrees.

71. Tamales ng repolyo

MGA INGREDIENTS:
- 1 malaking ulo ng repolyo
- 4 na libra na mga cutlet ng baboy o malambot, hindi luto
- ½ libra Minutong bigas, luto
- 1 pound bacon, hindi luto
- 1 malaking lata tomato juice
- 1 katamtamang sibuyas, tinadtad
- Asin at paminta para lumasa
- Pulang paminta (pulbos)

MGA TAGUBILIN:
a) Magluto ng bigas ayon sa mga tagubilin sa pakete.
b) Gupitin ang core sa labas ng repolyo hangga't maaari. Ilagay ang buong ulo ng repolyo sa mainit na inasnan na tubig hanggang sa lumambot ang mga panlabas na dahon. Alisin sa tubig at ilagay sa isang plato, tanggalin ang mga dahon habang lumalambot. Palitan ang repolyo sa dahan-dahang tubig na kumukulo hanggang maalis ang lahat ng dahon .
c) I-cube ang karne ng baboy sa humigit-kumulang ½-pulgada na mga parisukat.
d) Iguhit ang ilalim at gilid ng isang litson na may hilaw na bacon.
e) Kumuha ng isang dahon ng repolyo sa isang pagkakataon. Maglagay ng isang kutsara ng nilutong bigas, 4 hanggang 5 cubes ng karne ng baboy, isang maliit na tinadtad na sibuyas, at isang dash ng asin at paminta (opsyonal) sa bawat dahon. I-roll up ang dahon at ilagay sa litson. Ulitin ang prosesong ito para sa bawat dahon.
f) Ilagay ang anumang natirang karne, sibuyas, at kanin sa ibabaw ng pinagulong dahon ng repolyo. Linya sa itaas na may bacon.
g) Ibuhos ang isang lata ng tomato juice at isang lata ng tubig sa kawali. Budburan ng pulbos na pulang paminta sa ibabaw.
h) Maghurno na sakop sa 350 degrees sa loob ng 3 oras.
i) Ihain ang cabbage tamales na may French bread. Enjoy!

72. Chilahuates (Tamales na Nakabalot sa Dahon ng Saging)

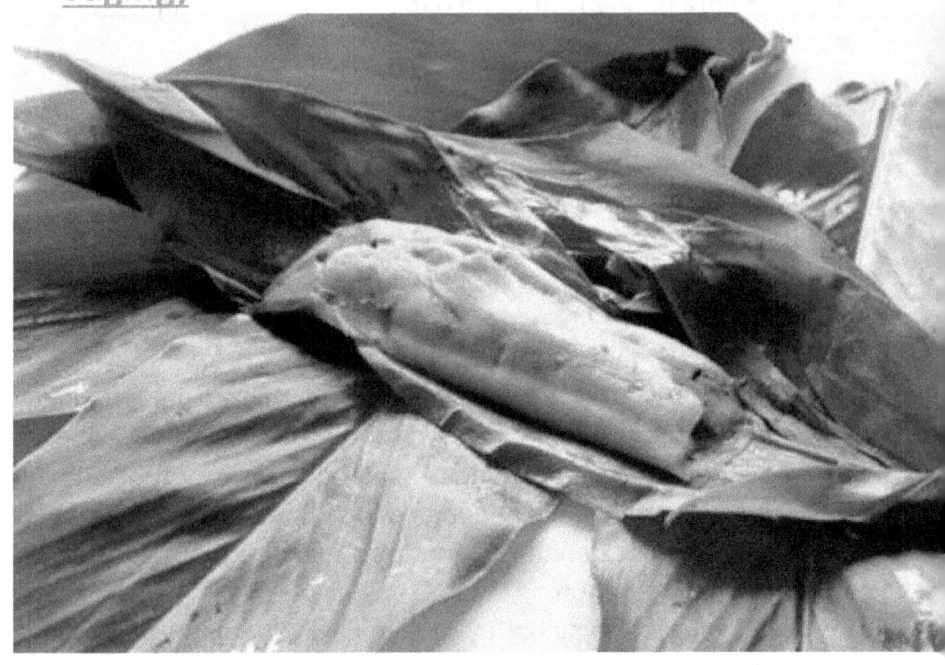

MGA INGREDIENTS:
- 1 tasang black beans
- 4 cups masa harina
- ½ tasa ng pag-ikli ng gulay
- 2 tasang sabaw ng gulay, maligamgam
- 1 kutsarita ng asin
- 1 kutsarita ng baking powder
- 3 dahon ng saging
- ¼ tasa ng langis ng gulay
- 1 sibuyas ng bawang, pinong tinadtad
- ½ tasang scallions, pinong tinadtad
- 1 chayote squash, pinong tinadtad
- 6 jalapeno chiles , tangkay at pinong tinadtad
- ½ tasa ng almond, blanched at pinong tinadtad
- ¼ tasa tinadtad na sariwang cilantro
- Asin, sa panlasa

MGA TAGUBILIN:

a) Ilagay ang black beans sa isang medium pot, magdagdag ng tubig, at pakuluan. Bawasan ang apoy at kumulo, natatakpan, sa loob ng 1-2 oras hanggang sa lumambot ang beans. Ang beans ay niluto kapag ang kanilang mga balat ay madaling masira kapag hinalo.

b) Sa isang mixing bowl, talunin ang masa harina na may vegetable shortening, na kahalili ng maligamgam na sabaw ng gulay hanggang sa ito ay magaan at malambot, mga 10 minuto. Idagdag ang asin at baking powder at talunin ng karagdagang 2 minuto.

c) Linisin at pakuluan o char ang dahon ng saging (kung hindi pa luto). Putulin ang matitigas na ugat at gupitin ang mga dahon sa humigit-kumulang 8-10" na mga parisukat.

d) Init ang langis ng gulay sa isang kawali at igisa ang bawang at scallion hanggang sa ginintuang. Idagdag ang chayote, jalapeno chiles , almonds, cilantro, at lutong black beans. Paghaluin nang mabuti, haluin at lutuin ang lahat. Timplahan ng asin ayon sa panlasa.

e) Sa isang parisukat na dahon ng saging, ikalat ang mas mababa sa ½ tasa ng masa harina na parang pancake. Itaas na may humigit-kumulang 2 kutsarita ng pinaghalong gulay/bean. Tiklupin ang dahon tulad ng isang pakete at ulitin sa natitirang mga dahon at pagpuno.

f) Ilagay ang mga tamales sa isang bapor, i-overlapping ang mga ito nang pahilis upang payagan ang singaw na dumaan. Takpan ang palayok at singaw nang hindi bababa sa 1½ oras, pana-panahong suriin ang antas ng tubig.

g) Kapag luto na, maingat na buksan ang mga dahon ng saging at ihain ang chilahuates nang mainit. Tangkilikin ang iyong masarap na tamales na binalot ng dahon ng saging!

73. Hipon At Mais Tamales

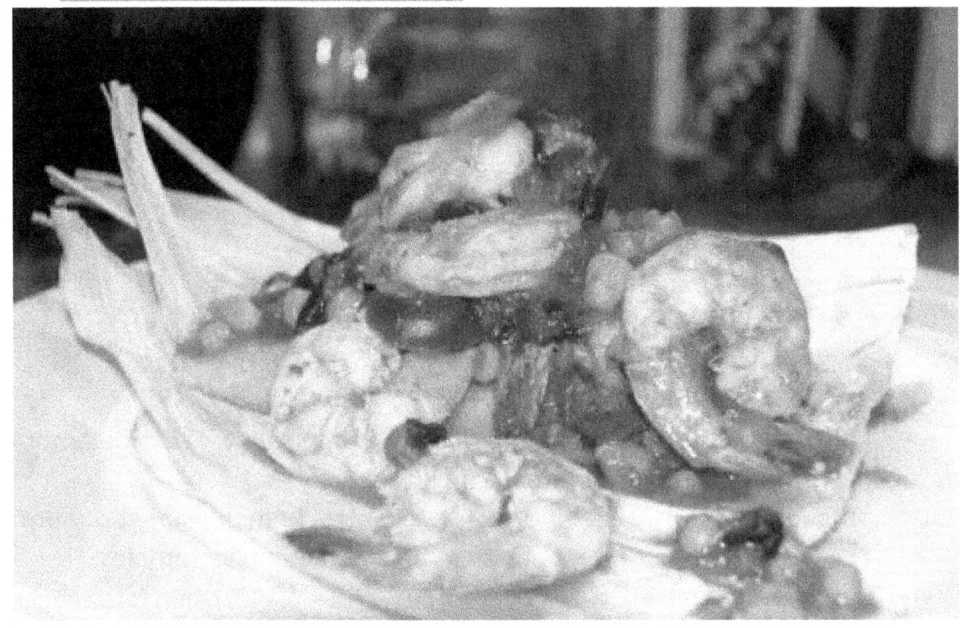

MGA INGREDIENTS:
- 2 cups masa harina
- 1 tasang sabaw ng manok o gulay
- 1/2 tasa unsalted butter, pinalambot
- 1 tasang lutong hipon, tinadtad
- 1 tasang butil ng mais
- 1/4 tasa tinadtad na sariwang cilantro
- 1 kutsarita ng kumin
- Asin at paminta para lumasa
- Mga balat ng mais para sa pagbabalot

MGA TAGUBILIN:
a) Paghaluin ang masa harina na may sabaw at pinalambot na mantikilya upang bumuo ng kuwarta.
b) I-fold sa nilutong hipon, mais, cilantro, kumin, asin, at paminta.
c) Ikalat ang timpla sa balat ng mais at tiklupin sa tamales.
d) I-steam ng 1-1.5 na oras.

74. Lobster At Avocado Tamales

MGA INGREDIENTS:
- 2 cups masa harina
- 1 tasang sabaw ng isda o gulay
- 1/2 tasa unsalted butter, pinalambot
- 1 tasang lutong karne ng ulang, tinadtad
- 1/2 tasa diced avocado
- 1/4 tasa tinadtad na sariwang perehil
- 1 kutsarita ng lime zest
- Salt at cayenne pepper sa panlasa
- Mga balat ng mais para sa pagbabalot

MGA TAGUBILIN:
a) Paghaluin ang masa harina na may sabaw at pinalambot na mantikilya upang bumuo ng kuwarta.
b) I-fold sa nilutong ulang, diced avocado, perehil, lime zest, asin, at cayenne pepper.
c) Ikalat ang timpla sa balat ng mais at tiklupin sa tamales.
d) I-steam ng 1-1.5 na oras.

75. Crab At Roasted Red Pepper Tamales

MGA INGREDIENTS:
- 2 cups masa harina
- 1 tasang sabaw ng isda o gulay
- 1/2 tasa unsalted butter, pinalambot
- 1 tasang bukol na karne ng alimango
- 1/2 tasa ng inihaw na pulang sili, tinadtad
- 1/4 tasa tinadtad na berdeng sibuyas
- 1 kutsarita Old Bay seasoning
- Asin at itim na paminta sa panlasa
- Mga balat ng mais para sa pagbabalot

MGA TAGUBILIN:

a) Paghaluin ang masa harina na may sabaw at pinalambot na mantikilya upang bumuo ng kuwarta.
b) Tiklupin ang bukol na karne ng alimango , inihaw na pulang sili, berdeng sibuyas, panimpla ng Old Bay, asin, at itim na paminta.
c) Ikalat ang timpla sa balat ng mais at tiklupin sa tamales.
d) I-steam ng 1-1.5 na oras.

76. Salmon At Dill Tamales

MGA INGREDIENTS:
- 2 cups masa harina
- 1 tasang sabaw ng isda o gulay
- 1/2 tasa unsalted butter, pinalambot
- 1 tasa ng nilutong salmon, tinadtad
- 1/4 tasa tinadtad na sariwang dill
- 1/4 cup capers, pinatuyo
- 1 kutsarita ng lemon zest
- Asin at puting paminta sa panlasa
- Mga balat ng mais para sa pagbabalot

MGA TAGUBILIN:
a) Paghaluin ang masa harina na may sabaw at pinalambot na mantikilya upang bumuo ng kuwarta.
b) Tiklupin ang nilutong salmon, dill, capers, lemon zest, asin, at puting paminta.
c) Ikalat ang timpla sa balat ng mais at tiklupin sa tamales.
d) I-steam ng 1-1.5 na oras.

CHURROS

77. Basic Fried Churros

MGA INGREDIENTS:
- 1 tasang tubig
- 2 ½ kutsarang butil na asukal
- ½ kutsarita ng asin
- 2 kutsarang langis ng gulay
- 1 tasang all-purpose na harina
- 2 quarts na mantika para sa pagprito
- ½ tasa ng granulated sugar (adjust sa panlasa)
- 1 kutsarita ng giniling na kanela

MGA TAGUBILIN:

a) Sa isang maliit na kasirola sa katamtamang init, pagsamahin ang tubig, 2 ½ kutsara ng butil na asukal, asin, at 2 kutsarang langis ng gulay.

b) Dalhin ang timpla sa isang pigsa at pagkatapos ay alisin ito mula sa apoy. Haluin ang harina hanggang sa maging bola ang timpla.

c) Init ang mantika sa isang deep fryer o isang deep pot sa temperatura na 375 degrees F (190 degrees C).

d) Ilipat ang kuwarta sa isang matibay na pastry bag na nilagyan ng medium star tip.

e) Maingat na i-pipe ang ilang 5- hanggang 6-pulgada na piraso ng kuwarta sa mainit na mantika, na gumagawa ng mga batch upang maiwasan ang pagsisikip sa fryer.

f) Iprito ang churros hanggang sa maging golden brown. Gumamit ng spider o slotted na kutsara upang alisin ang churros mula sa mantika at ilagay ang mga ito sa mga tuwalya ng papel upang maubos.

g) Pagsamahin ang ½ tasa ng granulated sugar na may giniling na kanela.

h) Igulong ang pinatuyo na churros sa pinaghalong cinnamon at asukal.

i) Ayusin ang dami ng asukal sa iyong kagustuhan sa panlasa.

78. Basic Baked Churros

MGA INGREDIENTS:
- 1 tasa (8oz/225g) ng tubig
- ½ tasa (4oz/113g) mantikilya
- ½ kutsarita vanilla extract
- 2 kutsarang asukal
- ¼ kutsarita ng asin
- 143 g plain flour/ all-purpose flour
- 3 itlog (sa temperatura ng silid)

MGA TAGUBILIN:
a) Painitin muna ang oven sa 400°F (200°C). Linya ng parchment paper; itabi.
b) Sa isang medium saucepan, magdagdag ng tubig, asukal, asin, at mantikilya.
c) Ilagay sa medium-high heat.
d) Painitin hanggang matunaw ang mantikilya at magsimulang kumulo ang timpla.
e) Sa sandaling kumulo, haluin ang harina.
f) Paghaluin hanggang sa walang mga bukol ng harina at nabuo ang isang bola ng kuwarta.
g) Ngayon, gamit ang isang kahoy na kutsara na gusto mong pukawin ang kuwarta sa paligid ng iyong palayok at lutuin ito ng halos isang minuto sa mababang init.
h) Ang pinaghalong ay magkumpol at humiwalay sa mga gilid
i) Gamit ang iyong kahoy na kutsara, isama ang kaunti ng iyong pinaghalong itlog sa iyong kuwarta. Haluin at i-mash, hatiin ang kuwarta hanggang sa lumuwag. Haluing mabuti hanggang sa maisama ang mga itlog at ang timpla ay may hitsura ng mashed patatas.
j) Ipagpatuloy ang pagdaragdag ng iyong mga itlog hanggang sa pinagsama
k) Gawin ito sa pamamagitan ng pagdiin sa bag at dahan-dahang piping gamit ang gunting upang gupitin.
l) Mag-iwan ng humigit-kumulang 2 pulgadang espasyo sa pagitan ng mga churros.

m) Maghurno ng humigit-kumulang 18-22 minuto o hanggang sa ginintuang kayumanggi.
n) Pagkatapos ay patayin ang oven at iwanan ang mga ito doon sa loob ng 10 minuto upang matuyo nang kaunti. Ang hakbang na ito ay tumutulong sa kanila na panatilihin ang kanilang hugis at hindi maging flat kapag sila ay lumamig.
o) Gawin mo lang ng isang minuto :), pagkatapos ay alisin ito sa apoy at itabi.
p) Sa isang pitsel, pagsamahin ang mga itlog at banilya at haluin.
q) Ilipat ang iyong kuwarta sa isang piping bag na nilagyan ng star nozzle.
r) I-pipe ang kuwarta sa mahabang churros sa mga kawali na natatakpan ng pergamino. Siguraduhing i-pipe ang mga ito nang maganda at makapal.
s) Pagsamahin ang asukal, kanela, at asin sa isang ziplock baggie.
t) Kunin ang churros nang diretso mula sa oven at ihagis ang mga ito sa pinaghalong hanggang sa masakop na mabuti. Pinakamainam na gawin ito kapag ang churros ay mainit at sariwa mula sa oven.
u) I-enjoy ang iyong homemade churros.

79. Cinnamon Churros

MGA INGREDIENTS:
- ¼ tasang mantikilya
- 1 tasang asukal
- 1 kutsarang asukal
- ½ tasang puting mais na pagkain
- ½ tasang harina
- 3 malalaking itlog
- 2 kutsarita ng kanela

MGA TAGUBILIN:

a) Sa isang katamtamang kasirola, initin ang mantikilya na may 1 kutsarang asukal, ½ kutsarita ng asin, at 1 tasa ng tubig hanggang kumukulo. alisin ang kawali mula sa init; agad na magdagdag ng corn meal at harina nang sabay-sabay. sa mababang init,

b) Magluto ng pinaghalong, patuloy na pagpapakilos, hanggang ang masa ay bumubuo ng isang bola, mga 1 minuto. talunin ang mga itlog, isa-isa, matalo nang malakas pagkatapos ng bawat karagdagan hanggang sa makinis ang kuwarta. linyahan ang baking sheet ng mga tuwalya ng papel.

c) Sa isang paper bag o malaking mangkok, paghaluin ang natitirang asukal sa kanela. sa isang malalim na mabigat na kawali o Dutch oven, init 3 pulgada ng salad oil sa 375 deg f. kutsara ang kuwarta sa isang pastry bag na nilagyan ng number 6 tip. pipe 5" haba ng kuwarta sa mainit na mantika.

d) Iprito hanggang sa mag-brown sa magkabilang panig, mga 1½ minuto bawat panig. na may slotted na kutsara alisin ang churros sa mantika at ilagay sa baking sheet. habang mainit pa, ilagay sa bag at pahiran ng cinnamon-sugar mix. ihain kaagad.

80. Limang Spice Churros

MGA INGREDIENTS:
- Langis ng gulay (para sa deep-frying)
- ½ tasa + 2 kutsarang asukal
- ¾ kutsarita ng giniling na kanela
- ¾ kutsarita ng limang pampalasa na pulbos
- 1 stick (8 kutsara) unsalted butter (hiwa-hiwain)
- ¼ kutsarita ng asin
- 1 tasang all-purpose na harina
- 3 malalaking itlog

MGA TAGUBILIN:

a) Punan ang isang malaki at mabigat na palayok na may 2 pulgada ng langis ng gulay at init ito sa 350 degrees F gamit ang isang deep-frying thermometer. Maghanda ng pastry bag na may malaking star tip, at maglagay ng plato na nilagyan ng mga tuwalya ng papel sa malapit.

b) Sa isang malaking plato, pagsamahin ang ½ tasa ng asukal, giniling na kanela, at limang pampalasa na pulbos.

c) Sa isang medium saucepan, pagsamahin ang mantikilya, asin, ang natitirang 2 kutsara ng asukal, at 1 tasa ng tubig. Dalhin ang halo na ito sa isang pigsa sa katamtamang init. Kapag kumulo na, idagdag ang harina at masiglang haluin gamit ang kahoy na kutsara hanggang sa maging bola ang timpla. Alisin ito mula sa init at idagdag ang mga itlog nang paisa-isa, pagpapakilos nang masigla pagkatapos ng bawat karagdagan. Ilagay ang nagresultang batter sa inihandang pastry bag.

d) Paggawa sa mga batch, i-pipe ang humigit-kumulang 5-pulgadang haba ng batter sa mainit na mantika, pinuputol ang mga dulo mula sa piping bag gamit ang isang paring knife. Siguraduhing hindi siksikan ang palayok. Iprito hanggang sa maging malalim na ginintuang kayumanggi ang churros, na dapat tumagal ng mga 6 na minuto.

e) Ilipat ang mga ito sa may linyang plato upang maubos nang panandalian, pagkatapos ay ilipat ang mga ito sa plato na may pinaghalong asukal na may limang pampalasa at balutin ang mga ito nang pantay-pantay.

f) Ihain kaagad ang iyong five-spice churros. Enjoy!

81. Maanghang na Corn Churros

MGA INGREDIENTS:
PARA SA SALSA AT QUESO:
- 6 pinatuyong cascabel mga sili , tangkay at mga buto ay tinanggal
- 4 na malalaking kamatis, tinadtad
- 2 fresno chili, tangkay
- ¾ puting sibuyas, binalatan, gupitin sa mga wedges
- 2 sibuyas ng bawang, binalatan
- 2 kutsarang sariwang katas ng kalamansi
- Kosher na asin
- 3 kutsarang unsalted butter
- 2 kutsarang all-purpose na harina
- 1 ½ tasa ng gatas (o higit pa)
- ½ pound Monterey jack cheese, gadgad
- ½ pound cheddar cheese, gadgad (batang daluyan o matalim)

PARA SA CHURROS:
- 1 kutsarang sili na pulbos
- 2/3 tasa ng gatas
- 6 na kutsarang unsalted butter
- ½ kutsarita ng giniling na kumin
- ½ tasang all-purpose na harina
- ½ tasang cornmeal
- 3 malalaking itlog
- Langis ng gulay (para sa pagprito, mga 12 tasa)

MGA TAGUBILIN:
a) Painitin muna ang oven sa 350°F. I-toast ang cascabel sili hanggang sa mabango at bahagyang kayumanggi mga 5 minuto. Alisin ang mga sili mula sa baking sheet at hayaang lumamig.
b) Taasan ang temperatura ng oven sa 450°F. Inihaw ang mga kamatis, mga sili ng Fresno, at sibuyas sa isang rimmed baking sheet hanggang ang balat ay maging kayumanggi at magsimulang maghiwalay sa laman, 30–35 minuto. Ilipat ang mga ito sa isang blender at magdagdag ng bawang, katas ng kalamansi , at 2 kutsarita ng asin; timpla hanggang makinis. Idagdag ang toasted cascabel sili at haluin hanggang sa magaspang na tinadtad.

Pahintulutan itong umupo sa temperatura ng silid hanggang handa nang ihain.

c) Sa isang medium na kasirola, matunaw ang mantikilya sa katamtamang init. Haluin ang harina at lutuin hanggang sa maisama ang mga 1 minuto. Paghaluin ang gatas at ipagpatuloy ang pagluluto hanggang sa kumulo ang timpla at lumapot ng mga 4 na minuto. Bawasan ang apoy sa mababang, unti-unting idagdag ang parehong keso, at lutuin, patuloy na pagpapakilos, hanggang sa ganap na matunaw ang keso at maging makinis ang queso . Kung mukhang masyadong malapot, haluin ng kaunti pang gatas. Panatilihing mainit ang queso hanggang handa nang ihain.

d) Pagkasyahin ang isang pastry bag na may star tip. Paghaluin ang chili powder at 1 kutsarang asin sa isang maliit na mangkok; isantabi.

e) Sa isang katamtamang kasirola sa katamtamang init, magdala ng gatas, mantikilya, kumin, 1¼ kutsarita ng asin, at ½ tasa ng tubig sa kumulo.

f) Gamit ang isang kahoy na kutsara, magdagdag ng harina at cornmeal nang sabay-sabay, at masiglang paghaluin hanggang sa mabuo ang masa, mga 30 segundo.

g) Hayaang umupo sa kawali ng 10 minuto upang ma-hydrate ang cornmeal. Ilipat ang pinaghalong sa mangkok ng isang stand mixer o isang malaking mangkok.

h) Gamit ang stand mixer na nilagyan ng paddle attachment sa medium-low speed, magdagdag ng mga itlog sa kuwarta, isa-isa, siguraduhing isama ang bawat itlog bago idagdag ang susunod (sa kahalili, haluin nang malakas gamit ang kahoy na kutsara). Ang kuwarta ay magmumukhang sira sa una; ipagpatuloy ang paghampas, paminsan-minsang i-scrape ang mangkok, hanggang sa maging makinis, makintab, at medyo nababanat ang kuwarta (bunutin ang isang maliit na piraso ng kuwarta at iunat ito— hindi ito dapat masira). Ilagay ang kuwarta sa inihandang pastry bag.

i) Ibuhos ang langis sa isang malaking palayok upang makarating sa kalahati ng mga gilid. Pagkasyahin ang palayok ng thermometer at painitin ito sa katamtamang init hanggang sa magrehistro ang thermometer sa 350°F. Hawakan ang bag sa isang anggulo upang

ang dulo ay ilang pulgada sa itaas ng ibabaw ng mantika, pisilin ang kuwarta, igalaw ang bag habang pinipiga mo upang ang kuwarta ay i-pipe sa 6" na haba sa mantika. Gamit ang isang kutsilyo, putulin ang kuwarta sa dulo upang palabasin ito sa mantika. Ulitin ang proseso upang makagawa ng 4 pang haba ng kuwarta.

j) Iprito ang churros, paikutin nang isang beses at ayusin ang init kung kinakailangan upang mapanatili ang temperatura ng langis, hanggang sa maging ginintuang kayumanggi ang mga ito sa lahat ng panig, 2-3 minuto bawat panig. Ilipat ang mga ito sa isang baking sheet na nilagyan ng tuwalya ng papel. Ulitin sa natitirang kuwarta.

k) Budburan ang mainit na churros ng nakareserbang sili-salt mixture. Ilagay ang salsa sa mainit na queso at paikutin upang pagsamahin; ihain kasama ng mainit na churros. Enjoy!

82.Chocolate Churros

MGA INGREDIENTS:
- 1 tasang tubig
- 2 kutsarang asukal
- ½ kutsarita ng asin
- 2 kutsarang langis ng gulay
- 1 tasang all-purpose na harina
- Langis ng gulay para sa pagprito
- ¼ tasang powdered sugar (para sa pag-aalis ng alikabok)
- ½ tasang chocolate chips
- ¼ tasa ng mabigat na cream

MGA TAGUBILIN:
a) Sa isang kasirola, pagsamahin ang tubig, asukal, asin, at langis ng gulay. Dalhin ang timpla sa isang pigsa.
b) Alisin ang kasirola mula sa init at idagdag ang harina. Haluin hanggang ang timpla ay makabuo ng bola ng kuwarta.
c) Init ang langis ng gulay sa isang malalim na kawali o kaldero sa katamtamang init.
d) Ilipat ang kuwarta sa isang piping bag na nilagyan ng star tip.
e) I-pipe ang kuwarta sa mainit na mantika, gupitin ito sa 4-6 pulgadang haba gamit ang kutsilyo o gunting.
f) Magprito hanggang sa ginintuang kayumanggi sa lahat ng panig, paminsan-minsan.
g) Alisin ang churros mula sa mantika at alisan ng tubig sa isang tuwalya ng papel.
h) Alikabok ang churros ng powdered sugar.
i) Sa microwave-safe bowl, pagsamahin ang chocolate chips at heavy cream. Microwave sa loob ng 30 segundong pagitan, haluin sa pagitan hanggang makinis.
j) Ihain ang churros kasama ang chocolate sauce para isawsaw.

83. Churros na Puno ng Karamelo

MGA INGREDIENTS:
- 1 tasang tubig
- 2 kutsarang asukal
- ½ kutsarita ng asin
- 2 kutsarang langis ng gulay
- 1 tasang all-purpose na harina
- Langis ng gulay para sa pagprito
- ¼ tasa ng asukal (para sa patong)
- 1 kutsarita ng ground cinnamon (para sa patong)
- Inihanda ang caramel sauce

MGA TAGUBILIN:
a) Sa isang kasirola, pagsamahin ang tubig, asukal, asin, at langis ng gulay. Dalhin ang timpla sa isang pigsa.
b) Alisin ang kasirola mula sa init at idagdag ang harina. Haluin hanggang ang timpla ay makabuo ng bola ng kuwarta.
c) Init ang langis ng gulay sa isang malalim na kawali o kaldero sa katamtamang init.
d) Ilipat ang kuwarta sa isang piping bag na nilagyan ng star tip.
e) I-pipe ang kuwarta sa mainit na mantika, gupitin ito sa 4-6 pulgadang haba gamit ang kutsilyo o gunting.
f) Magprito hanggang sa ginintuang kayumanggi sa lahat ng panig, paminsan-minsan.
g) Alisin ang churros mula sa mantika at alisan ng tubig sa isang tuwalya ng papel.
h) Sa isang hiwalay na mangkok, pagsamahin ang asukal at kanela. Igulong ang churros sa pinaghalong cinnamon sugar hanggang mabalot.
i) Gamit ang isang syringe o pastry bag, punan ang churros ng inihandang caramel sauce.
j) Ihain nang mainit ang caramel-filled churros.

84.Dulce De Leche Churros

MGA INGREDIENTS:
- 1 tasang tubig
- 2 kutsarang asukal
- ½ kutsarita ng asin
- 2 kutsarang langis ng gulay
- 1 tasang all-purpose na harina
- Langis ng gulay para sa pagprito
- ¼ tasa ng asukal (para sa patong)
- 1 kutsarita ng ground cinnamon (para sa patong)
- Inihanda ang dulce de leche

MGA TAGUBILIN:
a) Sa isang kasirola, pagsamahin ang tubig, asukal, asin, at langis ng gulay. Dalhin ang timpla sa isang pigsa.
b) Alisin ang kasirola mula sa init at idagdag ang harina. Haluin hanggang ang timpla ay makabuo ng bola ng kuwarta.
c) Init ang langis ng gulay sa isang malalim na kawali o kaldero sa katamtamang init.
d) Ilipat ang kuwarta sa isang piping bag na nilagyan ng star tip.
e) I-pipe ang kuwarta sa mainit na mantika, gupitin ito sa 4-6 pulgadang haba gamit ang kutsilyo o gunting.
f) Magprito hanggang sa ginintuang kayumanggi sa lahat ng panig, paminsan-minsan.
g) Alisin ang churros mula sa mantika at alisan ng tubig sa isang tuwalya ng papel.
h) Sa isang hiwalay na mangkok, pagsamahin ang asukal at kanela. Igulong ang churros sa pinaghalong cinnamon sugar hanggang mabalot.
i) Ihain ang churros na may inihandang dulce de leche para isawsaw.

FLAN

85. Chocolate Flan

MGA INGREDIENTS:
- 1 tasang asukal
- 4 na itlog
- 2 tasang gatas
- ½ tasang mabigat na cream
- 1 kutsarita vanilla extract
- 4 ounces mapait na tsokolate, tinadtad

MGA TAGUBILIN:
a) Painitin muna ang oven sa 350°F.
b) Sa isang maliit na kasirola, tunawin ang asukal sa katamtamang apoy hanggang sa maging golden brown na karamelo.
c) Ibuhos ang karamelo sa isang 9-pulgadang bilog na kawali ng cake, paikutin ang kawali upang takpan ang ilalim at mga gilid.
d) Sa isang malaking mangkok, haluin ang mga itlog, gatas, cream, vanilla extract, at tinadtad na tsokolate hanggang makinis.
e) Ibuhos ang pinaghalong itlog sa kawali ng cake at ilagay ang kawali sa isang mas malaking baking dish na puno ng mainit na tubig, na lumilikha ng isang paliguan ng tubig.
f) Maghurno sa loob ng 50-60 minuto, o hanggang sa maitakda ang flan ngunit bahagyang jiggly sa gitna.
g) Alisin ang kawali mula sa paliguan ng tubig at hayaan itong lumamig sa temperatura ng silid.
h) Takpan at palamigin sa refrigerator ng hindi bababa sa 2 oras o magdamag.
i) Upang maghain, magpatakbo ng kutsilyo sa gilid ng kawali at baligtarin ang flan sa isang serving platter.

86.Vanilla Baileys Caramel Flan

MGA INGREDIENTS:
- ¾ tasa ng asukal
- ¼ tasa ng tubig
- 14 onsa ng condensed milk
- 12 onsa na maaaring evaporated na gatas
- 3 malalaking itlog
- ½ tasa Baileys
- ½ kutsarang vanilla extract
- kurot ng asin

MGA TAGUBILIN:
a) Painitin muna ang oven sa 350F.
b) Gumawa ng golden brown sugar syrup sa pamamagitan ng pagluluto ng asukal at tubig sa isang maliit na kasirola. Ihanda na ang iyong flan pan!
c) Paikutin ang mainit na sugar caramel sa paligid ng flan pan, takip ng mabuti sa mga gilid at ilalim. Itabi.
d) Pagsamahin ang condensed milk, evaporated milk, itlog, Baileys, vanilla extract, at asin.
e) Ibuhos sa flan pan at maghurno sa isang paliguan ng tubig para sa mga 1 oras, hanggang sa hindi mag-jiggly sa gitna.
f) Hayaang umupo sa magdamag at upang maalis ang amag, ilagay ang kawali sa maligamgam na tubig upang lumuwag ang karamelo. Mabilis na i-flip sa isang plato at ihain nang malamig.

87. Maanghang na Horchata Flan

MGA INGREDIENTS:
- ¾ tasa ng butil na asukal
- Kosher na asin
- ½ kutsarita ng giniling na kanela
- ⅛ kutsarita ng cayenne (o higit pa, depende sa kung gaano kainit ang gusto mo)
- 10 Pete at Gerry's Organic Egg Yolks
- 6 ounces horchata concentrate
- 2 (12-onsa) na lata ng evaporated milk

MGA TAGUBILIN:

a) Painitin ang oven sa 350°F. Pagsamahin ang 3 kutsarang tubig, asukal, at isang pakurot ng asin sa isang maliit na kasirola sa medium-high heat. Nang walang pagpapakilos, matunaw ang asukal hanggang sa ganap na matunaw, mga 5 minuto.

b) Kapag natunaw na ang asukal , gawing medium-low ang init at magpatuloy sa pagluluto hanggang sa maging malalim ang kulay ng amber, dahan-dahang iikot ang kawali paminsan-minsan, 15 hanggang 18 minuto. Ayusin ang init sa mababang, kung kinakailangan.

c) Sa sandaling ang karamelo ay umabot sa isang malalim na kulay ng amber, babaan ang apoy, idagdag ang giniling na kanela at cayenne, at paikutin ang kawali upang pagsamahin. Pagkatapos ay agad na ibuhos ang karamelo sa isang 8-pulgadang cake pan, o hatiin nang pantay-pantay sa mga ramekin. Hayaang lumamig nang lubusan ang karamelo.

d) Habang lumalamig ang karamelo, sa isang malaking mangkok, pagsamahin ang mga pula ng itlog, horchata concentrate, at evaporated milk. Malumanay na whisk sa pabilog na galaw. Ang mas mahirap mong whisk, mas maraming bula ang bubuo sa iyong custard, na nag-iiwan ng mga bula sa tapos na produkto.

e) Dahan-dahang ibuhos ang pinaghalong sa pamamagitan ng isang mesh strainer sa isang tasa ng pagsukat. Dapat kang magkaroon ng mga 4 na tasa ng halo. Hayaang maupo ang timpla upang malutas ang anumang mga bula na nabuo . Ibuhos ang timpla sa kawali ng cake o hatiin nang pantay-pantay sa mga ramekin.

f) Ilagay ang flan pan sa loob ng roasting pan, pagkatapos ay ilagay ang roasting pan sa oven. Magdagdag ng kumukulong tubig sa kawali upang mapalibutan nito ang flan pan na may humigit-kumulang 1 pulgada ng tubig. Maghurno ng flan hanggang matigas ang mga gilid at umaalog pa rin sa gitna, 40 hanggang 45 minuto.

g) Alisin ang flan pan mula sa paliguan ng tubig at hayaang lumamig hanggang sa temperatura ng silid. Ilipat sa refrigerator at hayaang itakda, mga 4 na oras. Kapag handa nang ihain, alisin ang flan sa refrigerator at hayaang umupo ng 10 minuto. Patakbuhin ang isang kutsilyo sa paligid ng mga gilid at ilagay ang isang serving platter na nakabaligtad sa itaas. Baligtarin ang flan sa platter, i-scrap ang anumang maluwag na karamelo.

88.Allspice Flan

MGA INGREDIENTS:
- 1 tasa ng butil na asukal
- 6 malalaking itlog
- 1 lata (14 ounces) matamis na condensed milk
- 2 tasang buong gatas
- 1 kutsarita vanilla extract
- 1 kutsarita ng ground allspice

MGA TAGUBILIN:
a) Painitin muna ang iyong oven sa 350°F.
b) Init ang asukal sa isang maliit na kasirola sa katamtamang init, patuloy na pagpapakilos hanggang sa ito ay matunaw at maging ginintuang kayumanggi.
c) Ibuhos ang karamelo sa isang 9-pulgadang bilog na kawali ng cake at paikutin ito upang mabalot ang ilalim at gilid ng kawali.
d) Sa isang malaking mixing bowl, haluin ang mga itlog, condensed milk, whole milk, vanilla extract, at ground allspice hanggang sa maayos na pagsamahin.
e) Ibuhos ang halo sa inihandang kawali.
f) Ilagay ang kawali sa isang malaking kawali, at ibuhos ang sapat na mainit na tubig sa kawali upang makarating sa kalahati ng mga gilid ng kawali.
g) Maghurno ng humigit-kumulang 50-55 minuto, o hanggang sa mailagay ang flan ngunit pa-jiggly pa rin sa gitna.
h) Alisin ang cake pan mula sa paliguan ng tubig at hayaan itong lumamig sa temperatura ng silid.
i) Kapag ito ay lumamig, baligtarin ang flan sa isang serving dish at palamutihan ng isang sprinkle ng ground allspice.

TRES LECHES CAKE

89. Passionfruit Tres Leches Cake

MGA INGREDIENTS:
PARA SA CAKE:
- 12 kutsara (170 g) unsalted butter, sa temperatura ng kuwarto
- 1 ½ tasa (297 g) granulated sugar
- 7 malalaking (397 g) na itlog
- 1 ½ kutsarita (7 g) vanilla extract
- 2 ¼ tasa (271 g) all-purpose na harina
- 1 ½ kutsarita (6 g) baking powder
- ¾ kutsarita (3 g) pinong asin sa dagat

PAGBABAD:
- ¾ tasa (185 g) passionfruit juice (inirerekomenda ang tatak ng Goya)
- ½ tasa (112 g) buong gatas
- Isang (14-onsa) lata ng matamis na condensed milk
- Isang (12-onsa) lata ng evaporated milk
- Banayad na pinatamis na whipped cream, para sa pagtatapos
- Passionfruit pulp, para sa pagtatapos

MGA TAGUBILIN:
a) Painitin muna ang oven sa 350°F. Bahagyang lagyan ng grasa ang isang 9x13 pan na may nonstick spray.
b) Sa mangkok ng electric mixer na nilagyan ng paddle attachment, cream ang mantikilya at asukal hanggang sa magaan at malambot, 4-5 minuto.
c) Idagdag ang mga itlog nang paisa-isa at haluing mabuti upang pagsamahin. Idagdag ang vanilla at ihalo upang maisama.
d) Sa isang medium na mangkok, haluin ang harina, baking powder, at asin upang pagsamahin. Idagdag ang timpla sa panghalo at ihalo lamang hanggang sa maisama. Kuskusin nang mabuti upang matiyak na ang batter ay pantay na pinagsama .
e) Ibuhos ang halo sa inihandang baking pan. Maghurno hanggang sa lumabas na malinis ang isang toothpick na ipinasok sa gitna, 38-40 minuto. Hayaang lumamig nang lubusan.
f) Sundutin ang cake sa kabuuan gamit ang isang kahoy na tuhog. Ibuhos ang passionfruit juice nang pantay-pantay sa buong cake. Sa isang malaking lalagyan na may pour spout, haluin ang gatas,

matamis na condensed milk, at evaporated milk upang pagsamahin.

g) Dahan-dahang ibuhos ang timpla sa buong cake, hayaan itong sumipsip sa mga butas. Kung may ilang likidong naipon sa ibabaw, sandok ito muli sa ibabaw ng cake hanggang masipsip (hayaan itong umupo nang mga 30 minuto).

h) Tapusin ang cake na may whipped cream at sariwang passionfruit pulp. Ihain kaagad o palamigin ng hanggang 5 oras bago ihain.

90. Guava Tres Leches Cake

MGA INGREDIENTS:
PARA SA CAKE:
- 1 ¾ tasa ng harina
- 1 kutsarita ng baking powder
- ¼ kutsarita ng asin
- 6 na itlog, paghiwalayin ang mga yolks mula sa mga puti
- ½ tasa unsalted butter, temperatura ng kuwarto
- 1 tasang puting butil na asukal
- ½ tasa ng buong gatas
- 2 kutsarita ng vanilla extract

PARA SA TRES LECHES GLAZE:
- 14 ounces ng matamis na condensed milk
- 12 ounces ng evaporated milk
- 12 ounces buong gatas (maaaring magdagdag ng higit pa ayon sa panlasa)

PARA SA WHIPPED CREAM & GUAVA TOPPING:
- 2 tasang mabigat na cream
- 3 kutsarang puting butil na asukal
- 1 kutsarita vanilla extract
- ½ tasa ng bayabas marmalade (maaaring magdagdag ng higit pa ayon sa panlasa)

MGA TAGUBILIN:
GUMAGAWA NG CAKE:
a) Sa isang mangkok, haluin ang harina, baking powder, at asin. Itabi.
b) Paghiwalayin ang mga itlog, ilagay ang mga puti sa isang malinis na mangkok.
c) Sa isang stand mixer, pagsamahin ang mantikilya at asukal. Haluin hanggang mag-atas (mga 3-5 minuto).
d) Magdagdag ng mga yolks ng itlog nang paisa-isa, paghahalo pagkatapos ng bawat karagdagan.
e) Paghaluin ang vanilla extract at ½ tasa ng gatas.
f) Painitin muna ang oven sa 350 degrees F.
g) Dahan-dahang idagdag ang pinaghalong harina sa mga basang sangkap, i-scrap ang mga gilid ng mangkok kung kinakailangan.
h) Ilipat ang batter sa isang hiwalay na mangkok.

i) Sa isang malinis na mixing bowl, talunin ang mga puti ng itlog hanggang sa mabuo ang stiff peak.
j) I-fold ang pinalo na puti ng itlog sa batter ng cake.
k) Magpahid ng 9x13 baking dish at ibuhos ang batter.
l) Maghurno sa 350 degrees F sa loob ng 25-30 minuto o hanggang matuyo ang isang toothpick.
m) Alisin ang cake mula sa oven at butasin ito gamit ang isang tinidor.
n) Sa isang mangkok, paghaluin ang matamis na condensed milk, evaporated milk, at whole milk. Ibuhos ang glaze sa ibabaw ng cake ½ tasa sa isang pagkakataon, ulitin 2-3 beses.
o) Ibabaw na may whipped cream at guava marmalade dollops. I-swirl ang marmalade ng bayabas sa whipped cream.
p) Palamigin ng hindi bababa sa 4 na oras o magdamag bago ihain.

WHIPPED CREAM TOPPING:

q) Sa isang stand mixer, magdagdag ng mabigat na cream, asukal, at vanilla extract.
r) Haluin sa mataas na bilis hanggang sa mabuo ang stiff peak at ito ay kahawig ng whipped cream. Huwag mag-over-mix.
s) Itaas ang ganap na pinalamig na cake na may whipped cream at guava marmalade dollops. Enjoy!

91.Baileys Tres Cake ng Leches

MGA INGREDIENTS:
PARA SA CAKE:
- 1 ½ tasa (6.75 onsa o 191 gramo) ng all-purpose na harina
- 1 ½ kutsarita ng baking powder
- ½ kutsarita ng kosher na asin
- ½ tasa (4 onsa o 113 gramo) buong gatas
- 1 ½ kutsarita purong vanilla extract
- 6 malalaking itlog, pinaghiwalay sa puti at pula
- 1 tasa (7 onsa o 198 gramo) ng butil na asukal

PARA SA BAILEYS TRES LECHES SOAK:
- 1 (14-ounce) lata ng matamis na condensed milk
- 1 (12-onsa) na maaaring evaporated na gatas
- ½ tasa (4 onsa o 113 gramo) Baileys Irish Cream

PARA SA WHIPPED CREAM:
- 1 ½ tasa (12 onsa o 340 gramo) malamig na mabigat na cream
- ¼ tasa (1 onsa o 28 gramo) ng asukal sa confectioner, sinala kung kinakailangan
- Cocoa powder, para sa dekorasyon
- Espresso powder, para sa dekorasyon

MGA TAGUBILIN:
PARA SA BAILEYS TRES LECHES CAKE:
a) Painitin muna ang oven sa 350°F at bukas-palad na mag-spray ng 9 x 13-pulgadang cake pan na may cooking spray.
b) Pagsamahin ang harina, baking powder, at asin sa isang maliit na mangkok. Sa isang hiwalay na lalagyan, haluin ang gatas at banilya.
c) Sa isang stand mixer, haluin ang mga puti ng itlog hanggang sa mabuo ang stiff peak. Sa isa pang mangkok, haluin ang mga pula ng itlog at asukal hanggang sa maputlang dilaw. Dahan-dahang idagdag ang mga basang sangkap at tiklupin ang mga tuyong sangkap at puti ng itlog.
d) Ibuhos ang batter sa inihandang kawali at maghurno ng 18 hanggang 20 minuto. Palamig nang lubusan sa isang wire rack.

PARA SA PAGBABAD:
e) Kapag lumamig na ang cake, butasin ang ibabaw gamit ang isang tinidor. Sa isang measuring cup, haluin nang magkasama ang

matamis na condensed milk, evaporated milk, at Baileys. Dahan-dahang ibuhos ang cake, hayaang makapasok ang likido. Palamigin ng 3 hanggang 4 na oras o magdamag.

PARA SA WHIPPED CREAM:

f) Sa isang stand mixer, pagsamahin ang malamig na mabigat na cream at asukal ng mga confectioner. Haluin hanggang sa mabuo ang mga soft peak.

PAGTITIPON PARA SA PAGLILINGKOD:

g) Ikalat ang whipped cream sa ibabaw ng cake gamit ang isang offset spatula.

h) Palamutihan ng cocoa powder at espresso powder.

92.Puting Russian Tres Leches

MGA INGREDIENTS:
PARA SA CAKE:
- 1 ¾ tasa ng harina ng cake
- 2 kutsarita ng baking powder
- 4 na itlog, pinaghiwalay
- 1 ½ tasa ng butil na asukal
- ¼ kutsarita ng asin
- 2 kutsarita ng vanilla extract
- ½ tasa ng buong gatas

PARA SA SAUCE:
- 1 (14 onsa) lata ng condensed milk
- 1 (12 onsa) na maaaring evaporated na gatas
- ½ tasa ng buong gatas
- ⅓ tasa ng vodka
- ⅓ tasa ng alak ng kape (tulad ng Kahlua)
- ⅓ tasa ng Irish cream na alak (tulad ng Bailey's)

PARA SA TOPPING:
- 2 tasang mabigat na cream
- 1 ½ kutsarang butil na asukal
- 2 kutsarita ng vanilla extract
- Unsweetened cocoa powder para sa pag-aalis ng alikabok (opsyonal)

MGA TAGUBILIN:

a) Painitin muna ang iyong oven sa 350°F (177°C, markahan 4).

b) Salain ang harina ng cake, baking powder, at asin. Itabi.

c) Sa isang stand mixer na may whisk attachment o isang malaking mixing bowl na may hand mixer, hagupitin ang mga puti ng itlog sa katamtamang bilis hanggang maging katulad ng isang bubble bath. Magdagdag ng 1 ½ tasa ng asukal at hagupitin sa high speed hanggang sa mabuo ang stiff peak.

d) Dahan-dahang talunin ang mga pula ng itlog nang paisa-isa. Idagdag ang kalahati ng mga tuyong sangkap, kalahati ng gatas at vanilla extract, ang natitirang mga tuyong sangkap, at ang natitirang gatas. Haluin hanggang sa pagsamahin lang, pagkatapos ay ibuhos sa isang 9x13" baking dish.

e) Maghurno ng 30-35 minuto hanggang sa lumabas na malinis ang isang tester na ipinasok sa gitna.
f) Paghaluin ang mga sangkap ng sarsa sa isang mangkok hanggang sa makinis. Habang mainit pa ang cake, gumamit ng skewer para butasin ang ibabaw at pantay na ibuhos ang sauce sa cake.
g) Palamigin ang cake nang hindi bababa sa 2 oras o magdamag kung ginawa nang maaga.
h) Para sa topping, hagupitin ang mabibigat na cream at asukal sa mataas na bilis hanggang sa mabuo ang stiff peak. Haluin ang vanilla.
i) Pipe o ikalat ang whipped cream sa ibabaw ng cake at alikabok ng unsweetened cocoa powder kung gusto.
j) Ihain at magsaya!

93.Peach Bourbon Tres Leches

MGA INGREDIENTS:
PARA SA CAKE:
- 1 tasang all-purpose na harina
- 1 ½ kutsarita ng baking powder
- ¼ kutsarita ng asin
- 5 itlog, temperatura ng silid
- 1 tasa ng asukal, hinati
- ⅓ tasa ng gatas
- ½ kutsarita vanilla extract

PARA SA MILK MIXTURE:
- 1 (14-ounce) lata ng matamis na condensed milk
- 1 (12-onsa) na maaaring evaporated na gatas
- ¾ tasa ng mabigat na whipping cream
- ¼ tasa ng bourbon
- ½ kutsarita ng kanela

PARA SA ASSEMBLY:
- 4 hanggang 5 mga milokoton, binalatan kung ninanais at hiniwa

WHIPPED TOPPING:
- 2 ½ tasang mabigat na cream
- ¼ tasa ng asukal

MGA TAGUBILIN:

a) Painitin ang oven sa 350 degrees. Mantikilya ang isang 9X13-pulgadang kawali. Lagyan ng parchment paper ang kawali at bahagyang mantikilya ito.

b) Paghaluin ang harina, baking powder, at asin.

c) Sa isang electric mixer, talunin ang mga pula ng itlog na may ¾ tasa ng asukal sa katamtamang bilis hanggang sa maputla at mag-atas (mga 2 minuto). Talunin sa gatas at vanilla.

d) Sa isang malinis na mangkok ng paghahalo, talunin ang mga puti ng itlog na nagsisimula sa mababang bilis at pataasin sa mataas na bilis hanggang sa mabuo ang malambot na mga taluktok (mga 2 hanggang 3 minuto). Dahan-dahang magdagdag ng ¼ tasa ng asukal, patuloy na matalo hanggang sa mabuo ang firm peak.

e) Paggawa sa ikatlong bahagi, tiklupin ang ⅓ ng pinaghalong harina at pagkatapos ay ⅓ ng mga puti ng itlog sa pinaghalong pula ng

itlog gamit ang isang rubber spatula. Ulitin ang prosesong ito ng 2 beses pa.
f) Ibuhos ang batter sa inihandang kawali at maghurno ng 20 hanggang 25 minuto. Hayaang lumamig ang cake sa loob ng 5 minuto, pagkatapos ay baligtarin ito sa isang cooling rack, alisan ng balat ang papel na parchment, at hayaan itong lumamig nang buo. Ibalik ang cake sa baking pan.
g) Sa katamtamang mangkok, haluin ang matamis na condensed milk, evaporated milk, ¾ cup heavy whipping cream, bourbon, at cinnamon.
h) Tusukin ng tinidor ang cake at dahan-dahang ibuhos ang pinaghalong bourbon sa ibabaw ng cake.
i) Takpan ang cake na may plastic wrap at palamigin nang hindi bababa sa 4 na oras o magdamag.
j) Takpan ang tuktok ng cake na may mga hiwa ng peach, na nagse-save ng ilang mga hiwa para sa dekorasyon.
k) Upang gawin ang whipped topping, talunin ang mabibigat na cream na may electric mixer sa katamtamang bilis. Habang nagsisimula itong lumapot, dahan-dahang magdagdag ng asukal. Patuloy na talunin hanggang sa ito ay humawak ng matatag na mga taluktok. Ikalat ito sa ibabaw ng cake.
l) Palamutihan ng nakareserbang mga hiwa ng peach.
m) I-enjoy ang cool, creamy, at rich Peach Bourbon Tres na ito Leches Cake sa iyong susunod na summer gathering!

94. Margarita Tres Leches Cake

MGA INGREDIENTS:
- 4 malalaking itlog, pinaghiwalay
- 1 tasang asukal
- ½ tasa ng tequila
- ½ tasang tinunaw na mantikilya
- 6 na kutsarang Key lime juice, hinati
- 1 kutsarita vanilla extract
- 1-¾ tasa ng all-purpose na harina
- 1 kutsarita ng baking soda
- ½ kutsarita ng asin
- ½ tasa ng asukal sa mga confectioner
- 1 kutsarita cream ng tartar
- 1 lata (14 ounces) matamis na condensed milk
- 1 tasa 2% ng gatas
- ½ tasang evaporated milk
- ½ tasang mabigat na whipping cream
- Opsyonal: Whipped cream, hiwa ng kalamansi, at zest

MGA TAGUBILIN:

a) Ilagay ang mga puti ng itlog sa isang malaking mangkok; hayaang tumayo sa temperatura ng silid sa loob ng 30 minuto. Grasa at harina ng 13x9-in. baking pan; itabi. Painitin ang hurno sa 375°.

b) Talunin ang asukal, tequila, tinunaw na mantikilya, yolks, 3 kutsarang katas ng dayap, at banilya hanggang sa mahusay na pinaghalo. Pagsamahin ang harina, baking soda, at asin; unti-unting ihalo sa yolk mixture hanggang sa timpla.

c) Magdagdag ng asukal at cream ng tartar ng mga confectioner sa mga puti ng itlog; talunin ng malinis na mga beater hanggang sa mabuo ang stiff peak. I-fold sa batter. Ilipat sa inihandang kawali.

d) Maghurno hanggang sa lumabas na malinis ang isang toothpick na ipinasok sa gitna, 18-20 minuto. Ilagay ang kawali sa isang wire rack. Gamit ang isang kahoy na tuhog, butas-butas ang cake nang humigit-kumulang ½ in.

e) Talunin ang condensed milk, 2% milk, evaporated milk, whipping cream, at natitirang katas ng kalamansi hanggang sa maghalo. Ambon sa ibabaw ng cake; hayaang tumayo ng 30 minuto. Palamigin ng 2 oras bago ihain.

f) Gupitin ang cake sa mga parisukat. Kung ninanais, palamutihan ng whipped cream, hiwa ng kalamansi, at zest.

95. Pumpkin Spice Tres Cake ng Leches

MGA INGREDIENTS:
PARA SA CAKE:
- 1½ tasa ng butil na puting asukal
- 15 ounces (1 lata) purong pumpkin puree (huwag gumamit ng pumpkin pie filling)
- ¾ tasa ng langis ng gulay o canola
- 2 kutsarita purong vanilla extract
- 4 malalaking itlog
- 2 tasang all-purpose na harina
- 2 kutsarita ng baking powder
- 1 kutsarita ng baking soda
- ½ kutsarita ng asin
- 2 kutsarita ng giniling na kanela
- 1½ kutsarita pumpkin pie spice

PARA SA TRES LECHES FILLING:
- ¾ tasa ng mabigat na whipping cream
- 12 ounces evaporated milk (isang lata)
- 14 onsa ng matamis na condensed milk (isang lata)

PARA SA WHIPPED CREAM FROSTING:
- 1¼ tasang mabigat na whipping cream
- ¼ tasa ng asukal sa mga confectioner
- Ground cinnamon, para sa pag-aalis ng alikabok sa itaas (opsyonal)

MGA TAGUBILIN:

a) Painitin muna ang oven sa 350°F. Grasa ang isang 13x9 light metal rectangular baking pan na may cooking spray. Itabi.

b) Sa isang malaking bowl ng stand mixer, pagsamahin ang granulated sugar, pumpkin puree, oil, egg, at vanilla extract hanggang sa pagsamahin lang. Sa isang hiwalay na mangkok, haluin ang harina, baking powder, baking soda, asin, at pampalasa. Dahan-dahang idagdag ang pinaghalong harina sa pinaghalong kalabasa, paghahalo hanggang makinis. Ibuhos ang batter sa inihandang kawali at pakinisin ang tuktok.

c) Maghurno ng 25-30 minuto o hanggang sa lumabas na malinis ang isang toothpick na ipinasok sa gitna. Hayaang lumamig ng 15 minuto.

d) Habang lumalamig ang cake, haluin ang heavy whipping cream, evaporated milk, at sweetened condensed milk sa isang mangkok. Itabi.
e) Butasan ang buong mainit na cake gamit ang isang skewer, dowel, o ang hawakan ng isang kahoy na kutsara. Ibuhos ang pinaghalong gatas nang pantay-pantay sa cake. Takpan at palamigin ng 8 oras o magdamag.
f) Bago ihain, paghaluin ang mabibigat na whipping cream at asukal ng mga confectioner hanggang sa mabuo ang stiff peak.
g) Ikalat ang whipped cream sa ibabaw ng cake at alikabok ng ground cinnamon kung gusto.
h) Itabi ang cake sa refrigerator, na may takip.

96.Cinnamon Tres Cake ng Leches

MGA INGREDIENTS:
PARA SA CAKE:
- 1 tasang all-purpose na harina
- 1 ½ kutsarita ng baking powder
- ¼ kutsarita ng asin
- 4 malalaking itlog
- 1 tasa ng butil na asukal
- ⅓ tasa ng buong gatas
- 1 kutsarita vanilla extract

PARA SA MILK MIXTURE:
- 1 lata (14 ounces) matamis na condensed milk
- 1 lata (12 ounces) evaporated milk
- 1 tasang buong gatas

PARA SA TOPPING:
- 2 tasang mabigat na cream
- 2 kutsarang asukal sa pulbos
- Ground cinnamon para sa dekorasyon

MGA TAGUBILIN:
a) Painitin muna ang oven sa 350°F (175°C) at lagyan ng mantika ang isang 9x13-inch na baking dish.
b) Sa isang mangkok, salain ang harina, baking powder, at asin.
c) Sa isang hiwalay na mangkok, talunin ang mga itlog at asukal nang magkasama hanggang sa magaan at malambot. Idagdag ang gatas at vanilla extract, at haluing mabuti.
d) Dahan-dahang idagdag ang mga tuyong sangkap sa pinaghalong itlog at ihalo hanggang makinis.
e) Ibuhos ang batter sa inihandang baking dish at maghurno ng mga 30 minuto, o hanggang malinis ang isang toothpick na ipinasok sa gitna.
f) Habang ang cake ay mainit-init pa, butasin ang lahat ng ito gamit ang isang tinidor.
g) Sa isang hiwalay na mangkok, paghaluin ang tatlong gatas (sweetened condensed milk, evaporated milk, at whole milk).

h) Ibuhos ang tatlong pinaghalong gatas nang pantay-pantay sa mainit na cake. Hayaang magbabad at palamig sa temperatura ng kuwarto.
i) Sa isa pang mangkok, hagupitin ang mabibigat na cream na may pulbos na asukal hanggang sa mabuo ang mga stiff peak.
j) Ikalat ang whipped cream sa ibabaw ng cake.
k) Chill ang Tres Leches Cake sa ref ng ilang oras bago ihain.
l) Budburan ng ground cinnamon bago ihain.

MGA DESSERT BOARDS

97. Cinco De Mayo Fiesta Dessert Board

MGA INGREDIENTS:
- Churro Bites
- Tres Mga parisukat ng Leches Cake
- Mga Cupcake ng Margarita
- Dulce de Leche -puno ng Conchas
- Mango Slices na may Chili Lime Seasoning
- Mexican Chocolate Truffles
- Piñata Sugar Cookies

MGA TAGUBILIN:
a)   Ayusin ang churro bites at tres mga parisukat ng leches cake.
b)   Maglagay ng margarita cupcake at dulce de leche -filled conchas .
c)   Ikalat ang mga hiwa ng mangga na may chili lime seasoning.
d)   Isama ang Mexican chocolate truffle at piñata sugar cookies.

98. Churro Dessert Board

MGA INGREDIENTS:
- Mga churros na gawa sa bahay o binili sa tindahan
- Dulce de leche sauce
- Chocolate sauce
- Asukal sa kanela
- Mga sariwang berry (strawberries, raspberry, blueberries)
- Hiniwang mangga
- Hiniwang pinya
- Whipped cream
- Mga maliliit na Mexican candies (tulad ng maanghang na tamarind candies)
- Caramel sauce (opsyonal)

MGA TAGUBILIN:

a) Ayusin ang churros sa gitna ng isang malaking serving board o platter.
b) Maglagay ng maliliit na mangkok ng dulce de leche sauce, chocolate sauce, at cinnamon sugar sa paligid ng churros.
c) Ayusin ang mga sariwang berry, hiniwang mangga, at hiniwang pinya sa mga kumpol sa palibot ng pisara.
d) Magdagdag ng mga dollops ng whipped cream sa pagitan ng mga kumpol ng prutas.
e) Ikalat ang maliliit na Mexican candies sa paligid ng board para sa karagdagang kulay at lasa.
f) Opsyonal, ibuhos ang caramel sauce sa ibabaw ng churros para sa sobrang tamis.
g) Ihain ang churro dessert board at magsaya!

99.Dessert Board ng Tres Leches

MGA INGREDIENTS:
- Tres leches cake, gupitin sa maliliit na parisukat
- Whipped cream
- Hiniwang strawberry
- Hiniwang kiwi
- Hiniwang mga milokoton
- Hiniwang saging
- Inihaw na coconut flakes
- Tinadtad na mani (tulad ng mga almendras o pecans)
- Mga sariwang dahon ng mint para sa dekorasyon
- Dulce de leche sauce (opsyonal)

MGA TAGUBILIN:
a) Ayusin ang tres leches cake squares sa gitna ng isang malaking serving board o platter.
b) Maglagay ng mga dollops ng whipped cream sa paligid ng mga parisukat ng cake.
c) Ayusin ang mga hiniwang strawberry, kiwi, peach, at saging sa mga kumpol sa palibot ng pisara.
d) Iwiwisik ang toasted coconut flakes at tinadtad na mani sa whipped cream at prutas.
e) Palamutihan ng sariwang dahon ng mint para sa isang pop ng kulay.
f) Opsyonal, ibuhos ang dulce de leche sauce sa ibabaw ng tres leches cake squares para sa dagdag na tamis.
g) Ihain ang tres leches dessert board at magsaya!

100. Mexican Fruit Salad Dessert Board

MGA INGREDIENTS:
- Sari-saring sariwang prutas (tulad ng pakwan, cantaloupe, honeydew, pinya, mangga, jicama, pipino)
- Tajín pampalasa
- Lime wedges
- Chamoy sauce
- Tamarind candies
- Mga coconut chips
- Mexican paletas (popsicles) sa iba't ibang lasa (tulad ng mangga, kalamansi, o niyog)
- Mga sariwang dahon ng mint para sa dekorasyon

MGA TAGUBILIN:

a) Gupitin ang mga sari-saring sariwang prutas sa kagat-laki ng mga piraso at ayusin ang mga ito sa makulay na kumpol sa isang malaking serving board o platter.

b) Budburan ng Tajín seasoning ang prutas o ihain ito sa isang maliit na mangkok sa gilid.

c) Maglagay ng lime wedges sa paligid ng board para sa pagpiga sa prutas.

d) Ibuhos ang chamoy sauce sa ilan sa mga prutas para sa maanghang at maanghang na lasa.

e) Ikalat ang mga tamarind candies at coconut chips sa paligid ng board para sa karagdagang texture at lasa.

f) Ayusin ang Mexican paletas (popsicles) sa iba't ibang lasa sa board para sa isang nakakapreskong treat.

g) Palamutihan ng sariwang dahon ng mint para sa isang pagtatapos.

h) Ihain ang Mexican fruit salad dessert board at tamasahin ang makulay na lasa ng tropiko!

KONGKLUSYON

Habang tinatapos namin ang aming paglalakbay sa pagluluto sa makulay at masarap na mundo ng Cinco de Mayo, umaasa akong ang cookbook na ito ay nagbigay sa iyo ng inspirasyon, kagalakan, at mas malalim na pagpapahalaga sa Mexican cuisine at kultura. Mula sa sizzle ng tacos hanggang sa tamis ng tres leches , ang bawat recipe ay ginawa nang may pag-iingat upang dalhin ang tunay na diwa ng Cinco de Mayo sa iyong mesa.

Nais kong ipaabot ang aking taos-pusong pasasalamat sa iyo sa pagsama sa akin sa masarap na pakikipagsapalaran na ito. Ang iyong sigasig at hilig sa paggalugad ng mga bagong lasa at pagdiriwang ng magkakaibang kultura ay naging tunay na espesyal sa paglalakbay na ito. Nawa'y mapuno ng tawanan, pagmamahalan, at mga hindi malilimutang karanasan sa pagluluto ang iyong mga hinaharap na pagdiriwang ng Cinco de Mayo.

Habang patuloy mong ginalugad ang masaganang tapiserya ng Mexican cuisine, nawa'y makatagpo ka ng kagalakan sa pagbabahagi ng mga masasarap na pagkaing ito sa iyong mga mahal sa buhay at paglikha ng mga minamahal na alaala sa paligid ng hapag kainan . Nagho-host ka man ng mga maligayang pagtitipon, nagpapakasawa sa maaliwalas na pagkain ng pamilya, o simpleng i-treat ang iyong sarili sa masarap na taco o slice ng tres leches cake, nawa'y laging sumainyo ang diwa ng Cinco de Mayo.

Salamat muli sa pagpapahintulot sa akin na maging bahagi ng iyong pakikipagsapalaran sa pagluluto. Hanggang sa muli nating pagkikita, nawa'y mapuno ang iyong kusina ng makulay na lasa at mainit na mabuting pakikitungo ng Mexico. ¡Viva Cinco de Mayo!

www.ingramcontent.com/pod-product-compliance
Lightning Source LLC
Chambersburg PA
CBHW070657120526
44590CB00013BA/997